AF658897

ഗ്രീൻ ബുക്സ്

ഹൃദയത്തിന്റെ മുഖക്കുറിപ്പുകൾ

ടി.എൻ. പ്രതാപൻ

തൃശ്ശൂർ ജില്ലയിലെ നാട്ടിക ഫർക്കയിലെ
തളിക്കുളം ഗ്രാമത്തിൽ ജനനം.
വിദ്യാഭ്യാസം: തളിക്കുളം സൗത്ത് ജി.എം.എൽ.പി. സ്കൂൾ,
ഗവ. ഹൈസ്കൂൾ, ശ്രീനാരായണ കോളേജ് നാട്ടിക.
വിദ്യാർത്ഥി സംഘടനയിലൂടെ രാഷ്ട്രീയപ്രവർത്തനത്തിലെത്തി.
2001 മുതൽ 2011 വരെ നാട്ടിക എം.എൽ.എ.
2011 മുതൽ 2016 വരെ കൊടുങ്ങല്ലൂർ എം.എൽ.എ.
2019 മുതൽ ലോകസഭാംഗമാണ്.
വായന, എഴുത്ത്, സ്പോർട്സ്, സംഗീതാസ്വാദനം,
യാത്ര, പരിസ്ഥിതിപ്രവർത്തനങ്ങൾ എന്നിവയിൽ സജീവം.

ഗ്രീൻ ബുക്സ് പ്രസിദ്ധീകരിച്ച
ഗ്രന്ഥകാരന്റെ ഇതരകൃതി

ഓർമ്മകളുടെ സ്നേഹതീരം

കുറിപ്പുകൾ

ഹൃദയത്തിന്റെ മുഖക്കുറിപ്പുകൾ

ടി.എൻ. പ്രതാപൻ

ഗ്രീൻബുക്സ്

green books private limited
gb building, civil lane road, ayyanthole,
thrissur- 680 003, kerala, ph: +91 487-2381066, 2381039
website: www.greenbooksindia.com
e-mail: info@greenbooksindia.com

malayalam
hrudayathinte mukhakkurippukal
notes
by
t.n. prathapan

compiled by
n.s. abdul hameed

published october 2022

illustration & cover design : rashid meraki

printed in india
vattoly nirmala hiprint pvt ltd, thrissur

branches:
thrissur 0487-2422515
thiruvananthapuram 0471-2335301
calicut 0495 4854662

isbn : 978-93-95878-09-8

₹ 150.00

GBPL/1255/2022

ആമുഖം

ആശയവിനിമയത്തിന്റെ ഏറ്റവും വേഗതയും സാന്ദ്രതയുമേറിയ മാധ്യമമായി സാമൂഹിക മാധ്യമങ്ങൾ മാറിക്കഴിഞ്ഞിട്ടുണ്ട്. കഴിഞ്ഞ പൊതുതിരഞ്ഞെടുപ്പ് കാലത്താണ് സാമൂഹിക മാധ്യമങ്ങളുടെ സ്വാധീനത്തെപ്പറ്റി ഞാനേറ്റവും കൂടുതൽ കേൾക്കുന്നത്. തെരഞ്ഞെടുപ്പ് പ്രചരണം സാമൂഹിക മാധ്യമങ്ങളിൽ ഊർജ്ജിതമാക്കണം എന്ന് പലരും നിർദ്ദേശിച്ചു. എന്തോ, ഞാൻ എന്റെ തനത് രീതിയിൽ തന്നെയാണ് വോട്ടർമാരെ സമീപിച്ചതും പിന്തുണ തേടിയതും. എങ്കിലും സാമൂഹിക മാധ്യമങ്ങളുടെ ഇടപെടലുകൾ അതിന്റെ വഴിക്ക് നടക്കട്ടെ എന്നും കരുതിയിരുന്നു. കുറെ ചെറുപ്പക്കാർ അത്തരം മേഖലകളും ശ്രദ്ധിച്ചു. എന്നാൽ തെരെഞ്ഞെടുപ്പ് കഴിഞ്ഞു ഡൽഹിയിലെത്തിയപ്പോൾ സാമൂഹിക മാധ്യമങ്ങളുടെ സാധ്യത ഞാൻ കൂടുതൽ മനസ്സിലാക്കി.

പാർലമെന്റിലെ വിഷയങ്ങൾ പങ്കുവെക്കാനും ദേശീയ അന്തർദേശീയപ്രാദേശിക വിഷയങ്ങളിൽ എന്റെ നയനിലപാടുകൾ വ്യക്തമാക്കാനും സാമൂഹ്യ മാധ്യമങ്ങൾ കൂടുതലായി ഉപയോഗിച്ചു തുടങ്ങി. കൂട്ടത്തിൽ വാട്സാപ്പ് വല്ലാതെ നേരം കവരുന്നതായി അനുഭവപ്പെട്ടിരുന്നു. ഫേസ്ബുക് അങ്ങനെ തോന്നിയിട്ടില്ല. ആവശ്യത്തിനുമാത്രമാണ് അത് തുറക്കുന്നത്. പുതിയ വിഷയങ്ങളും സാഹചര്യങ്ങളുമുണ്ടാകുമ്പോൾ നമ്മുടെ നിരീക്ഷണത്തിന്റെയും ഗവേഷക സംഘത്തിന്റെ കൂടെയുള്ള ചർച്ചകളുടെയും അടിസ്ഥാനത്തിൽ വിശകലനം നടത്തി ഒരു പ്രസ്താവന പങ്കുവെക്കുകയാണ് ചെയ്യുന്നത്. ഈയടുത്ത കാലം വരെ കമന്റുകൾ നോക്കുന്ന ശീലമില്ലായിരുന്നു.

പല പോസ്റ്റുകളുടെയും താഴെ വരുന്ന കമന്റുകൾ കാണാനിടയായപ്പോഴാണ് സാമൂഹിക മാധ്യമങ്ങൾ ആരോഗ്യകരമായ സംവാദങ്ങളേക്കാൾ ടോക്സിക്കായ ഒരിടമാണെന്ന് മനസ്സിലായത്. തീർത്തും ആരോഗ്യകര മല്ലാത്ത ചർച്ചകളും സഭ്യമല്ലാത്ത ഭാഷയും മറ്റുമായി വലിയ ഒരു സാധ്യതയെയാണ് ചിലർ നശിപ്പിക്കുന്നതെന്ന് തോന്നിയിട്ടുണ്ട്. പിന്നീട് കമന്റുകൾ നോക്കുന്നതും വായി ക്കുന്നതും നിർത്തി എന്നുതന്നെ പറയാം. വളരെ പോസി റ്റീവായി ചർച്ചകളെ സമീപിക്കുന്ന ഒട്ടേറെ ആളുകൾ എന്റെ സാമൂഹിക മാധ്യമ വലയത്തിലുണ്ട് എന്ന യാഥാർത്ഥ്യത്തെ സന്തോഷത്തോടെ ഓർത്തുകൊണ്ടുതന്നെ പറയട്ടെ, നമ്മുടെ വിലപ്പെട്ട സമയം പലപ്പോഴും അർഹിക്കാത്ത ഇടങ്ങളിൽ ചിലവാക്കുന്നത് നല്ലതല്ലെന്ന് തോന്നിയിട്ടുണ്ട്. എങ്കിലും ഇനിയും അവഗണിക്കാൻ കഴിയാത്ത ഒന്നായി മാറുകയും ജനാധിപത്യതിന്റെ അഞ്ചാം തൂൺ എന്നുവരെ സാമൂ ഹിക മാധ്യമങ്ങളെ കണക്കാക്കപ്പെടുകയും ചെയ്യുന്ന സാമൂഹികതയിൽ അതിന്റെ സാധ്യതകളെ കൂടുതലായി ചികയുകയാണ് ഞാനും ചെയ്യുന്നത്.

ഇങ്ങനെയൊരു പുസ്തകം ഉണ്ടാകുന്നതിൽ സന്തോഷ മുണ്ട്. 2016 മുതൽ ഈയടുത്ത കാലം വരെ ഫേസ് ബുക്കിൽ കുറിച്ചിട്ട പല ഭാവത്തിലുമുള്ള കുറിപ്പുകളാണ് ഇതിൽ ഒരുമിച്ചുകൂട്ടിയിട്ടുള്ളത്. ഇതിലെ കുറിപ്പുകൾ ക്രോഡീകരിച്ച ഹമീദിനും മനോഹരമായ രേഖാചിത്ര ങ്ങളും പുറംചട്ടയും തയ്യാറാക്കിയ റാഷിദിനും സന്തോഷം നേരുന്നു. ഇങ്ങനെയൊരു പ്രസാധനത്തിന് താല്പര്യം കാണിച്ച ഗ്രീൻ ബുക്സിനും ശോഭ ടീച്ചർക്കും നന്ദിയുണ്ട്.

ടി.എൻ. പ്രതാപൻ

ഉള്ളടക്കം

സമർപ്പണം

പിറന്ന നാടിനുവേണ്ടി പൊരുതിയ
ലക്ഷോപലക്ഷം
സ്വാതന്ത്ര്യസമര സേനാനികൾക്ക്...

അമ്മ

മെയ് 16.

2015ലെ ഇതേ ദിനത്തിലാണ് എന്റെ കാണപ്പെട്ട ദൈവമായ അമ്മ ഈ ലോകത്തോട് വിടപറഞ്ഞത്. പുലർച്ചെ നാല് മണി കഴിഞ്ഞു. അവിടുത്തെ ശ്വാസനിശ്വാസത്തിന്റെ കയറ്റിറക്കങ്ങൾ നോക്കി അമ്മ യുടെ അരികിലിരിക്കുകയായിരുന്നു. കണ്ണുതുറക്കാതെ, ആരെയും തിരിച്ചറിയാതെ അമ്മ കിടക്കുന്നു. ഏത് അവശതയിലും അമ്മേ എന്ന എന്റെ ശബ്ദം കേട്ടാൽ അമ്മ കണ്ണുതുറക്കുമായിരുന്നു. കൈവിരലുകൾ കൊണ്ട് എന്നെ തഴുകുമായിരുന്നു. ചിലപ്പോഴൊക്കെ കണ്ണുനിറയുമാ യിരുന്നു.

തൃശൂർ ജൂബിലി ആശുപത്രിയിൽ നിന്നും ഏങ്ങണ്ടിയൂർ എംഐ ആശുപത്രിയിൽ നിന്നും വീട്ടിലേക്ക് കൊണ്ടുവരുമ്പോഴേ അറിയാ മായിരുന്നു ഇനി അമ്മ മോനേ എന്ന് വിളിക്കില്ലാന്ന്. പക്ഷേ, ഹൃദയം സമ്മതിക്കുന്നില്ലായിരുന്നു. മനസ്സ് പറഞ്ഞുകൊണ്ടേയിരിക്കും അമ്മ ഇപ്പോളെന്നെ നോക്കും, വിളിക്കും എന്നൊക്കെ.

കഷ്ടപ്പാടിന്റെ കാലത്ത്, വറുതിയുടെ ദിവസങ്ങളിൽ അച്ഛൻ കട ലിൽ നിന്നും വെറുംകൈയോടെ നിരാശനായി മടങ്ങിവരുന്ന ദിവസ ങ്ങളിൽ അമ്മയുടെ കരുത്ത് ദൈവീകമായിരുന്നു. വിശപ്പകറ്റാൻ കഞ്ഞിയും കപ്പയും ഉണക്കമീനും ഒപ്പിക്കുന്നതുമാത്രമല്ല, മണ്ണെണ്ണ ചിമ്മിനി തെളിയിക്കാൻ മണ്ണെണ്ണ സംഘടിപ്പിക്കുന്നത് തുടങ്ങി, സന്ധ്യാ ദീപം തെളിയിക്കുന്നതിന് എണ്ണ ഒരുക്കി നാമം ജപിപ്പിക്കുന്നത് അടക്കം അമ്മയുടെ ആത്മീയ വലയം എപ്പോഴുമുണ്ടാകും. സ്ഥല-കാല പരി മിതികളില്ലാത്ത കരുതലായിരുന്നു എന്റെ അമ്മ. ദൈവമാണ് അമ്മ. സത്യമാണ് അമ്മ. അനശ്വര സ്നേഹമാണ് അമ്മ. സർവ്വകലാശാലയാണ് അമ്മ. മരണമില്ലാത്ത ഓർമ്മയും പ്രചോദനവുമാണ് അമ്മ.

എന്റെ സുഹൃത്തുക്കൾക്ക് എന്റെ അമ്മയെ വലിയ സ്നേഹ മായിരുന്നു. അമ്മയ്ക്കും അങ്ങനെ തന്നെ. സ്കൂൾ കാലം മുതൽക്കേ

എന്റെ കൂടെ വരുന്ന കൂട്ടുകാർക്ക് ചോറും കഞ്ഞിയും ചായയും കൊടുക്കും. ഒരു ജീരകവെള്ളമെങ്കിലും കുടിക്കാതെ എന്റെ കൂട്ടുകാരെ അമ്മ പറഞ്ഞയക്കില്ലായിരുന്നു. അവരുടെ വിശേഷങ്ങളൊക്കെ ചോദിച്ചറിയും. ഓരോ ഓണത്തിനും വിഷുവിനും എന്റെ വീട്ടിൽ ഒരു മുപ്പത് സുഹൃത്തുക്കളെങ്കിലും ഊണിനുണ്ടാകും. അമ്മയുടെ സ്നേഹ വായ്പായിരുന്നു അത്. അമ്മ എല്ലാവരോടും സ്നേഹത്തിന്റെ തണലായിരുന്നു.

അമ്മേ, കീറിയ നിക്കർ സൂചിയും നൂലും കൊണ്ട് തുന്നിത്തന്ന്, പൊട്ടിയ ബട്ടണ് പകരം ബ്ലൗസിലെ സൂചിയെടുത്ത് കുത്തി, കൈ കൊണ്ട് മുടി തഴുകിയൊതുക്കി, പഴംകഞ്ഞിയും ചമ്മന്തിയും തന്ന് സ്കൂളിലേക്ക് അയച്ചതും തിരിച്ചുവരുന്നതും നോക്കി കാത്തിരുന്നതും തലയിലെ മുടിയിഴകളിലെ ഈരും പേനും നുള്ളിയെടുത്തതും എത്രയെത്ര ഓർമ്മകൾ അമ്മേ... ജീവിതം പഠിപ്പിച്ച എന്റെ കാണപ്പെട്ട ദൈവമായ അമ്മേ... അമ്മ എപ്പോഴും എന്റെ കൂടെയുണ്ടെന്ന് അറിയാം. ഓരോ സങ്കടങ്ങളിലും സന്തോഷങ്ങളിലും പ്രാർത്ഥനയുടെ തണലായി എനിക്ക് കരുതലൊരുക്കുന്നത് എനിക്കറിയാം...

മറവി ഒരനുഗ്രഹമാണെങ്കിലും ഓർമ്മ വേദനാജനകമായിരിക്കും.

(16 മെയ് 2022)

രാഷ്ട്രശില്പി

രാജ്യം ഇനിയൊരായിരം സ്വാതന്ത്ര്യദിനങ്ങൾ ആഘോഷിച്ചാലും ഇന്ത്യൻ ജനത ആവർത്തിച്ചാവർത്തിച്ചു കേൾക്കുന്ന, വായിക്കുന്ന ഒരു പ്രസംഗമുണ്ട്. 1947 ആഗസ്റ്റ് 14ന് അർദ്ധരാത്രിയിൽ ജവഹർ ലാൽ നെഹ്റു നടത്തിയ 'ട്രിസ്റ്റ് വിത്ത് ഡെസ്റ്റിനി'യാണ് ആ പ്രസംഗം. നൂറ്റാണ്ടുകൾ നീണ്ട യൂറോപ്യൻ അധിനിവേശത്തിൽനിന്ന് രാജ്യം സ്വതന്ത്രമായ ഒരു വേളയിൽ ഈ രാജ്യത്തിനു മുന്നിൽ, ഈ ലോകത്തിനു മുന്നിൽ രാഷ്ട്രശില്പി നടത്തിയ ഗംഭീരമായ ഒരു പ്രസംഗം.

കാലിയായ ഖജനാവും മുറിവേറ്റ അതിർത്തികളും അനിശ്ചിത ത്വങ്ങൾ നിറഞ്ഞ വരുംനാളുകളും മുന്നിൽനിൽക്കെ ഭാരതത്തെ പ്രത്യാശയുടെ തീരത്തേക്ക് തുഴഞ്ഞടുപ്പിക്കാൻ ത്രാണിയുണ്ടായി രുന്ന നേതാക്കളുടെ നേതാവായിരുന്നു നെഹ്റു. ഗാന്ധി തന്നെ കണ്ടെത്തിയ ഗാന്ധിയുടെ ഏറ്റവും അടുത്ത ശിഷ്യൻ. ആസാദിന്റെ കോമ്രേഡ്, പട്ടേലിന്റെ സഹചാരി... ഉണർന്നെണീക്കുന്ന ഒരു രാജ്യ ത്തിന്റെ അമരത്ത് പുതുതലമുറയുടെ ചാച്ചാജിയായി, പാർലമെന്റിൽ അംഗങ്ങൾക്കു പറയാനുള്ളത് സാകൂതം കേൾക്കുന്ന, പ്രതിപക്ഷ നേതാക്കളെ മുഖവിലയ്ക്കെടുക്കുന്ന, മതനിരപേക്ഷത കോട്ടകെട്ടി സംരക്ഷിച്ച നെഹ്റു.

മുവ്വായിരത്തിലധികം ദിവസങ്ങൾ ജയിൽ വാസമനുഭവിച്ച നെഹ്റുവിന് ഇന്ത്യയെ കണ്ടെത്തുന്ന തത്ത്വചിന്തകളും ആലോച നകളും സമരാസൂത്രണങ്ങളും എഴുതാനാണ് നേരമുണ്ടായത്. ഒരു വേളപോലും സ്വാതന്ത്ര്യ സമരത്തിൽനിന്ന് അദ്ദേഹം വ്യതിചലി ച്ചില്ല. അതിസമ്പന്നമായിരുന്ന കുടുംബസ്വത്തെല്ലാം ദേശീയ പ്രസ്ഥാനത്തിനുവേണ്ടി ചിലവഴിക്കാൻ തെല്ലും ശങ്കയുണ്ടായില്ല.

നെഹ്റു, ദി നേഷൻ ബിൽഡർ!

സ്വാതന്ത്ര്യ സമരത്തിൽ പങ്കെടുത്ത ധീരരും വീരരുമായ, പേരറിയുന്നവരും അല്ലാത്തവരുമായ, ചരിത്രത്തിൽ ഉള്ളവരും അല്ലാത്തവരുമായ സഹസ്രങ്ങൾക്കു പ്രാർത്ഥനാഞ്ജലികൾ നേർന്നുകൊണ്ട്, പ്രണാമം.

(15 ആഗസ്റ്റ് 2022)

'ജന ഗണ മന'

'ജന ഗണ മന' നെറ്റ്ഫ്ളിക്സ് ഇന്ത്യയിൽ ട്രെൻഡിങ് 1 ആയി തുടരുകയാണ്. എന്റെ സുഹൃത്തുക്കളായ ഷാരിസ് എഴുതി, 'ഡിജോ സംവിധാനം ചെയ്ത ഈ മലയാള ചിത്രം, അതുയർത്തുന്ന രാഷ്ട്രീയത്തിന്റെ പേരിലാണ് കൂടുതൽ ശ്രദ്ധേയമായത്.' നേരത്തേ തിയറ്ററിൽ പ്രദർശനമാരംഭിച്ച് വലിയ വിജയം നേടിയെങ്കിലും പല തിരക്കുകൾ കാരണം തിയറ്റർ അനുഭവം ഉറപ്പാക്കാൻ കഴിഞ്ഞിരുന്നില്ല. അങ്ങനെയിരിക്കെ, തൃക്കാക്കര തിരഞ്ഞെടുപ്പ് തിരക്കുകളൊക്കെ കഴിഞ്ഞിരിക്കെ ഇന്ന് ഡിജോ, ഷാരിസ്, സലീം തുടങ്ങിയ അണിയറപ്രവർത്തകർക്കും കുടുംബത്തിനുമൊപ്പം സിനിമ കണ്ടു.

നമ്മുടെ രാജ്യത്ത് ഏറെ പ്രധാനപ്പെട്ട കുറെയധികം ചോദ്യങ്ങൾ ഉള്ളിൽ തറയ്ക്കുംപോലെതന്നെ ഈ സിനിമ ഉയർത്തുന്നുണ്ട്. പൃഥിരാജിന്റേയും സുരാജ് വെഞ്ഞാറമ്മൂടിന്റെയും പ്രകടനം ത്രസിപ്പിക്കുന്നതായി. മംമ്ത മോഹൻദാസ്, ശാരി, വിൻസി, ധന്യ, അനന്യ തുടങ്ങിയ അഭിനേതാക്കളും മനസ്സിലുറയ്ക്കുന്ന അഭിനയ മുഹൂർത്തങ്ങളാണ് കാഴ്ചവെച്ചത്. സുരാജിന്റെ കഴിഞ്ഞ കുറച്ചു നാളായുള്ള മിക്ക കഥാപാത്രങ്ങളും ഗംഭീരമാകുന്നതു നമ്മൾ കാണുന്നുണ്ടല്ലോ. 'ജന ഗണ മന'യിലും അതുതന്നെ. എന്നാൽ താരതമ്യേന കുറെ സമയമില്ലെങ്കിലും സിനിമയിൽ പൃഥിരാജ് തകർത്താറാടി എന്നുവേണം പറയാൻ.

ധന്യയുടെ കഥാപാത്രം രോഹിത് വെമുലയെയാണ് ഓർമ്മപ്പെടുത്തുന്നത്. രോഹിത്തിനെപ്പോലെ, ഫാത്തിമ ലത്തീഫിനെപ്പോലെ അക്കാദമിക രംഗത്തെ ജാതീയ അഗ്രഹാരങ്ങളിൽ ജീവിതങ്ങൾ നഷ്ടപ്പെട്ടവർക്കുവേണ്ടി ഉച്ചത്തിൽതന്നെയാണ് സിനിമ സംസാരിക്കുന്നത്. ഇത്തരം വിഷയങ്ങളെ മലയാള സിനിമയിൽ ഇതിനു മുൻപ് ഇതുപോലെ പ്രശ്നവത്കരിക്കുകയും പ്രമേയമാക്കുകയും അവതരിപ്പിക്കുകയും ചെയ്ത വേറെ സിനിമ ഇല്ലെന്നു തോന്നുന്നു.

സിനിമയെ ഒരു കലാരൂപം എന്ന നിലയ്ക്കു കാണുമ്പോൾ തന്നെ അതുയർത്തുന്ന രാഷ്ട്രീയ ചോദ്യങ്ങൾകൂടി പ്രേക്ഷകർ ഏറ്റെടുക്കേണ്ടതുണ്ട്. അതങ്ങനെ പ്രേക്ഷക ലക്ഷങ്ങൾ ഉൾക്കൊണ്ടിട്ടുണ്ട് എന്നുതന്നെയാണ് ഞാൻ മനസ്സിലാക്കുന്നത്.

ഷാരിസിന്റെ കഥയ്ക്കും തിരക്കഥയ്ക്കും ഒപ്പംതന്നെ ഷാരിസ് എഴുതുന്ന സംഭാഷണങ്ങൾക്കും പ്രത്യേകമായ ഒരു പ്രൗഢിയുണ്ട്. നേരത്തേ 'ക്വീൻ' സിനിമയിൽ സലിംകുമാറിന്റെ കഥാപാത്രം പറയുന്ന കത്തുന്ന ഡയലോഗുകളും 'എല്ലാം ശരിയാകും' സിനിമയിലെ സിദ്ധിക്കിന്റെ കഥാപാത്രം പറയുന്ന ചിന്തിപ്പിക്കുന്ന ഡയലോഗുകളും മലയാളികളുടെ മനസ്സിൽ കുടിയിരുത്തപ്പെട്ടതാണ്. എന്നാൽ, എല്ലാത്തിലും മേലെയാണ് രാജുവിന്റെ കഥാപാത്രം പറയുന്ന കനൽ നിറഞ്ഞ വാക്കുകൾ. 'ഇത് നമ്മുടെ രാജ്യം' എന്ന വാചകം വർത്തമാന ഇന്ത്യയുടെ ദയനീയമായ സാഹചര്യത്തെ മുൻനിർത്തി ഐക്യത്തോടെ വിളിച്ചുപറയേണ്ട ഒന്നാണല്ലോ.

ഡിജോ വലിയ ഭാവിയുള്ള സംവിധായകനാണ് എന്നു സന്തോഷത്തോടെ പ്രവചിക്കട്ടെ. 'ക്വീൻ' സിനിമയിൽതന്നെ ശ്രദ്ധ നേടിയ ഡിജോ കൈരളി ടിഎംടി പരസ്യത്തിലൂടെ ലാലേട്ടനെ മനോഹരമായി അവതരിപ്പിച്ചതും നമ്മൾ കണ്ടതാണ്. എന്നാൽ 'ജന ഗണ മന'യിൽ എത്തുമ്പോൾ ഇത്ര വിശാലമായ ഒരു ക്യാൻവാസുള്ള കഥാപരിസരത്തെ എത്ര നല്ല കൈയ്യടക്കത്തോടെയാണ് ഡിജോ സംവിധാനിച്ചത്. ഇനിയും മനോഹരമായ ഒരുപാട് നല്ല സിനിമകളുണ്ടാകട്ടെ എന്നാശംസിക്കുന്നു.

ഇത് ഒരു ഇന്ത്യൻ സിനിമയാണ്. രാജ്യത്തെക്കുറിച്ച് സത്യസന്ധമായ സന്ദേഹങ്ങളുള്ള, സ്നേഹമുള്ള ഓരോരുത്തരും കാണാൻ ശ്രമിക്കേണ്ട സിനിമ.

(6 ജൂൺ 2022)

കരുതലോടെ കഴിയാം...

പരിസ്ഥിതിദിന ആലോചനകൾ ജൂൺ അഞ്ചിനുമാത്രം സജീവമാകുന്ന, പിന്നെ മറന്നുപോകുന്ന കാര്യങ്ങളാകരുത്. 'ഒരേ ഒരു ഭൂമിയേയുള്ളൂ', അതിനെ എങ്ങനെ സംരക്ഷിക്കണം എന്നതിനെക്കുറിച്ചുള്ള ആലോചനകളാണ് വേണ്ടത്. ഭരണകൂടങ്ങൾ ഇക്കാര്യത്തിൽ വലിയ ജാഗ്രത കാണിക്കണം. പ്രത്യേകിച്ചും സോഷ്യലിസത്തിൽ വിശ്വസിക്കുന്നവർ.

കേരളത്തിലെ നിലവിലുള്ള വികസന പദ്ധതികൾ പരിസ്ഥിതിയെ മുൻനിർത്തി പുനരാലോചിക്കേണ്ടതുണ്ട്. നമ്മുടെ പശ്ചിമഘട്ടവും നെൽവയലുകളും കോൾനിലങ്ങളും തണ്ണീർത്തടങ്ങളും സംരക്ഷിച്ചുകൊണ്ടല്ലാതെ ഒരു വികസന പരിപാടിയും നടന്നുകൂടാ. വികസനം വിനാശത്തിനു വഴിമാറുന്ന യാഥാർത്ഥ്യങ്ങൾ ലോകത്തെമ്പാടും ഉണ്ടാകുന്നുണ്ട്.

മൊത്തത്തിൽ നമ്മുടെ രാജ്യത്തിന്റെ സ്ഥിതി ലോകാടിസ്ഥാനത്തിൽ ഏറ്റവും മോശമാണെന്നു പറയാതെ വയ്യ. പാരിസ്ഥിതിക ഇൻഡക്സിൽ ഇന്ത്യ ഏറെ പുറകിലാണ്. ലോകത്തേറ്റവും മലിനീകരിക്കപ്പെട്ട നഗരങ്ങളിൽ പലതും ഇന്ത്യയിൽതന്നെയാണ്. ലോകത്തേറ്റവും വൃത്തിഹീനമായ തലസ്ഥാന നഗരി ഇപ്പോഴും ഡൽഹി തന്നെയാണ്.

നമ്മുടെ പാരിസ്ഥിതിക സങ്കൽപ്പങ്ങളിൽ കാതലായ മാറ്റമില്ലാതെ മുന്നോട്ടുപോകുന്നത് ആത്മഹത്യാപരമാണെന്ന് ആവർത്തിച്ചേ മതിയാകൂ. ഈ വിഷയത്തിൽ പ്രഹസനങ്ങൾക്കപ്പുറം കാലോചിതമായ നീക്കങ്ങൾ ഓരോ പൗരന്റെയും ഭാഗത്തുനിന്നുണ്ടാകണം.

ഇവിടെ ഓരോ പൗരനും പരിസ്ഥിതി എന്നത് അത്യധികം ഗൗരവത്തോടെ മനസ്സിലാക്കേണ്ട സത്യമാണ്. നമ്മുടെ ഭാവിതലമുറയ്ക്കുവേണ്ടി അതു സംരക്ഷിക്കാൻ നിയോഗിക്കപ്പെട്ടവരാണ് നമ്മൾ.

വരുംതലമുറകൾക്ക് ശ്രദ്ധയോടെ, കരുതലോടെ, വിഭവങ്ങൾ കൈമാറാനുള്ള നിയോഗമാണ് നമ്മുടേതും. പുല്ലും പുൽച്ചാടിയും കല്ലും മണ്ണും കടലും കടലാമയും പുഴയും ഓരവും മലയാറും മലയും കുന്നും കുന്നിക്കുരുവും കുയിലും കുരുവിയും മയിലും മാനും മഞ്ചാടിയും എന്നിങ്ങനെ ജീവ-അജീവ വസ്തുക്കളെല്ലാം അവയുടേതായ നിലനിൽപ്പ് ആഗ്രഹിക്കുന്നുണ്ട്, അവകാശപ്പെടുന്നുണ്ട്. നമ്മൾ അവരോടൊപ്പം സഹജീവിക്കുന്നു എന്നുമാത്രം.

നമുക്ക് കരുതലോടെ കഴിയാം...

(5 ജൂൺ 2022)

ജയ് ഭീം

അടിച്ചമർത്തപ്പെട്ടവന്റെ അവകാശപ്പോരാട്ടങ്ങൾക്ക് ഊർജ്ജവും ഓജസ്സും നൽകിയ ആത്മസമർപ്പണത്തിന്റെ ഏറ്റുവിളിയാണ് ജയ് ഭീം. രാജ്യത്തുണ്ടായിരുന്ന അതിനീചമായ ജാതിവ്യവസ്ഥയ്ക്കെതിരെ പൊരുതിയവരും ഇപ്പോഴും പോരാടുന്നവരുമായ എണ്ണിയാലൊടുങ്ങാത്തത്ര മനുഷ്യരുടെ, സമൂഹങ്ങളുടെ, സമുദായങ്ങളുടെ ആർജ്ജവം എഴുന്നുനിൽക്കുന്ന ആത്മശക്തി കൂടിയാണ്

ഈ മുദ്രാവാക്യം. ബാബ സാഹേബ് അംബേദ്കർ പകർന്നുനൽകിയ ആത്മവിശ്വാസത്തെ ഓർമ്മിക്കുകയും അദ്ദേഹത്തെ ആവേശപൂർവ്വം സ്മരിക്കുകയും ചെയ്യുകയാണ് ഈ മുദ്രാവാക്യം.

ഇന്ത്യൻ ഭരണഘടനാ നിർമ്മാണം ഡോ. ബാബാ സാഹേബ് അംബേദ്കറുടെ നേതൃത്വത്തിലുള്ള സമിതിയെ ഏൽപ്പിച്ചതിലൂടെ നമ്മുടെ രാഷ്ട്രശില്പികൾ മുന്നോട്ടുവെച്ച സാമൂഹിക നീതിയുടെ ആശയവിസ്തൃതി കൂടി ജനപ്രതിനിധികളും പൊതുജനങ്ങളും മനസ്സിലാക്കേണ്ടതുണ്ട്. ജാതീയതയ്ക്കെതിരെ പോരാടിയ ഒരു സാമൂഹിക പരിഷ്കർത്താവ് എന്ന നിലയിൽ അംബേദ്കർ ജനഹൃദയങ്ങളിൽ സ്ഥാനം ഉണ്ടാക്കിയിരിക്കെയാണ് അദ്ദേഹത്തിന്റെ പാണ്ഡിത്യംകൂടി കണക്കിലെടുത്ത് ഭരണഘടനാ നിർമ്മാണം എന്ന ഉത്തരവാദിത്വം ഏൽപ്പിക്കുന്നത്.

ലോകത്തിലേറ്റവും മഹത്തായ ഭരണഘടനയാണ് ഭാരതത്തിന്റേത്. ജയ് ഭീം എന്ന വിളികൾ തെരുവുകളും സഭകളും കോട്ടകളും കീഴടക്കട്ടെ... സമത്വത്തിന്റെ രാഷ്ട്രീയ ശബ്ദം മുഴങ്ങട്ടെ...

(7 ജൂലൈ 2022)

- **ജയ് ഭീം**

  ഇന്ത്യയുടെ ഭരണഘടനാ ശില്പി എന്നറിയപ്പെടുന്ന ഡോ. ബാബാസാഹേബ് അംബേദ്കർ രാജ്യത്ത് നിലനിന്നിരുന്ന ജാതീയത അവസാനിപ്പിക്കാൻ ഏറെ പ്രയത്നിച്ച സാമൂഹിക പരിഷ്കർത്താവ് കൂടിയായിരുന്നു. ഭരണഘടനയുടെ പിതാവ് എന്ന വിശേഷണത്തിൽ ഒതുങ്ങുന്നതല്ല അംബേദ്കർ എന്ന നേതാവിന്റെ പ്രാധാന്യം. ഇന്നും പല രൂപത്തിലും ഭാവത്തിലും തുടരുന്ന ജാതി വെറിയുടെ രാഷ്ട്രീയ-സാമൂഹിക സംവിധാനങ്ങളെ പ്രതിരോധിക്കുന്ന നിരവധി അംബേദ്കർ രാഷ്ട്രീയ മുന്നേറ്റങ്ങൾ രാജ്യത്തുണ്ട്. അവർ പൊതുവെ ഉയർത്തുന്ന ഒരു മുദ്രവാക്യമാണ് ജയ് ഭീം എന്നത്. ദളിത് സ്വാഭിമാനത്തിന്റെ പ്രതീകമാണ് ഈ മുദ്രവാക്യമെന്ന് പറയാം. എന്നാൽ ജയ് ഭീം എന്നതിന്റെ രാഷ്ട്രീയത്തെ ഇടത്, മധ്യമ, സോഷ്യലിസ്റ്റ് രാഷ്ട്രീയ പ്രസ്ഥാനങ്ങളും ഉപയോഗിച്ചുകാണുന്നതാണ്. ഈ പ്രസ്തുത കുറിപ്പിന്റെ സാഹചര്യം, രണ്ടാം പിണറായി മന്ത്രിസഭയിൽ സാംസ്കാരിക മന്ത്രിയായിരുന്ന സജി ചെറിയാൻ ഇന്ത്യൻ ഭരണഘടയെ കുറിച്ച് നടത്തിയ ചില പരാമർശങ്ങളാണ്. അദ്ദേഹം പിന്നീട് രാജിവെക്കുകയും തന്റെ പ്രസ്താവനയിൽ ഖേദപ്രകടനം നടത്തുകയും ചെയ്തു.

ഭാരത് ജോഡോ യാത്ര

ഇന്നാണ് രാഹുൽ ജി തന്റെ മുവ്വായിരത്തി അഞ്ഞൂറ് കിലോമീറ്ററിലധികം വരുന്ന ഭാരത് ജോഡോ യാത്രയുമായി നടന്നുതുടങ്ങുന്നത്. കന്യാകുമാരിയിൽ വൈകീട്ട് അഞ്ചുമണിക്ക് ഐതിഹാസികമായ പദയാത്രയ്ക്ക് തമിഴ്നാട് മുഖ്യമന്ത്രി സ്റ്റാലിൻ പതാക കൈമാറും. യാത്രയ്ക്കു മുന്നോടിയായി ഇന്ന് അതിരാവിലെ രാഹുൽ ഗാന്ധി തന്റെ പിതാവിന്റെ രക്തവും ജീവനും വീണുടഞ്ഞ ആ മണ്ണിൽ അൽപനേരം ചിലവഴിച്ചു. ശ്രീപെരുമ്പത്തൂരിലെ ഏറെ വൈകാരികമായ ഒരു സ്മരണ അന്നേരം തിരയടിച്ചുവന്നു.

ഭാരതത്തിന്റെ യുവത്വത്തെക്കുറിച്ച്, രാജ്യത്തിന്റെ ഐക്യത്തെയും സഹിഷ്ണുതയെയും സംബന്ധിച്ച്, പുരോഗതിയെയും വികസനങ്ങളെയും കുറിച്ച് രാജീവ് ഗാന്ധി എന്ന ധൈഷണിക നേതൃത്വം ഇഴുകിച്ചേർന്ന ഇന്ത്യയെക്കുറിച്ചുള്ള ചിന്തകൾ... വീഴ്ചകളിൽ പതറാതെ, നഷ്ടങ്ങളിൽ ഉലയാതെ രാജ്യത്തിനു സമർപ്പിച്ച, ജനങ്ങളിലേക്ക് നിർഭയം ഇറങ്ങിച്ചെന്ന ഒരു മഹത്തായ ജീവിതത്തെ ക്കുറിച്ചുള്ള ആലോചനകൾ മനസ്സിൽ കനത്തുവന്നു. ഈ നാടിനു വേണ്ടി ജീവൻ ബലിയർപ്പിച്ച രണ്ടുപേരുടെ മുഖങ്ങൾ കണ്ണിൽ നനവ് നിറച്ചു. ഇന്ദിര, രാജീവ്!

സ്മൃതിമണ്ഡപത്തിനു മുന്നിൽ തലകുനിച്ചിരിക്കുന്ന രാഹുൽ ഗാന്ധിയെ ഞാൻ ശ്രദ്ധിച്ചു. എന്തായിരിക്കും ആ മനസ്സിൽ..? അവിടെ പൊലിഞ്ഞ അച്ഛന്റെ ജീവസ്സുറ്റ ചിന്തകളോ ബാക്കിവെച്ച വഴികളോ തന്റെ മുന്നിലുള്ള ചക്രവാളങ്ങളോ ദുർഘടമായ അങ്ങോട്ടുള്ള പാതകളോ നെഹ്റുവും ഇന്ദിരയും രാജീവും രാജ്യത്തിനു കൊടുത്ത സത്യത്തിന്റെ അഗ്നിപരീക്ഷകളോ? ഇന്ദിരയുടെ ചിതയ്ക്കു മുന്നിൽ രാജീവിന്റെ മാറോടു മുഖമമർത്തി കരയുന്ന രാഹുലിനെ ഇന്ത്യ കണ്ടിട്ടുണ്ട്. ഒട്ടും വൈകാതെ ആ അച്ഛനും പൊലിഞ്ഞുപോയ,

ഇടറുമ്പോൾ ചെന്നുപിടിക്കാൻ ഒരച്ഛന്റെ കൈവിരലില്ലാത്ത, അത്യധികം വേദനാജനകമായ ഒരു യൗവ്വനം രാഹുൽ താണ്ടിയിട്ടുണ്ട്.

എത്രതന്നെ ഭീഷണികൾ ഉയർന്നാലും, എത്രതന്നെ തടസ്സപ്പെടുത്താൻ ശ്രമിച്ചാലും, ആരൊക്കെത്തന്നെ ഇടയ്ക്കുവെച്ചിറങ്ങിപ്പോയാലും, എത്ര ആക്ഷേപങ്ങളും നുണകളും ദുഷ്പ്രചരണങ്ങളും ഉണ്ടായാലും രാഹുൽജി തളരാതെ നിൽക്കുന്നത് അദ്ദേഹം നടന്ന വഴികളത്രയും കനലുവിതച്ച മലമ്പാതകളായതിനാലാണ്. നെഹ്റു

മരണപ്പെടുംമുന്നേ, അദ്ദേഹത്തിന്റെ മകൾ ഇന്ദിരാ പ്രിയദർശിനിക്ക് എഴുതിവെച്ച ഡയറിയിൽ റോബർട്ട് ഫ്രോസ്റ്റിന്റെ പ്രസിദ്ധമായ വരികളുണ്ടായിരുന്നെന്ന് വായിച്ചതോർക്കുന്നു.

‘‘വനം ഇടതൂർന്നതും പ്രിയതരവും ഹരിതാഭവുമാണ്. പക്ഷേ, എനിക്കു വാഗ്ദാനങ്ങൾ പാലിക്കാനുണ്ട്. എനിക്കു മൈലുകളിനിയും പോകാനുണ്ട്.’’

വിഖ്യാതമായ ഈ വരികൾ ഇന്ദിരയെ വഴിനടത്തി. എന്നാൽ രാഹുൽ ഗാന്ധിക്ക് തന്റെ ജീവിതത്തിൽനിന്നും ലഭിച്ച ഭാവിയെക്കുറിച്ചുള്ള ചിത്രത്തിൽ, പ്രിയങ്കരവും ഇടതൂർന്നതും ഹരിതാഭവുമായ വനമോ കാനനപാതകളോ ഇല്ല. പകരം, മുള്ളുകൾ നിറഞ്ഞ, കനലുകൾ വിതറപ്പെട്ട, ചെങ്കുത്തായ മലമ്പാതകളാണ്. അതു നടന്നുകയറുക ഒട്ടും എളുപ്പമല്ല. ആ വെല്ലുവിളികളെയാണ് രാഹുൽ ഗാന്ധി നേരിടുന്നത്.

രാഹുൽ ഗാന്ധി നടക്കുന്നത് ഇന്ത്യയെ ഒന്നിപ്പിക്കാനാണ്.

അഭിമാനം, എന്റെ നേതാവ്!

ഒരുമിക്കുന്ന ചുവടുകൾ.

ഒന്നാകുന്ന രാജ്യം.

- **ഭാരത് ജോഡോ യാത്ര**

  2022 മെയ്മാസം രാജസ്ഥാനിലെ ഉദയ്പൂരിൽ വെച്ചുനടന്ന കോൺഗ്രസ് പാർട്ടിയുടെ ചിന്തൻ ശിബിരത്തിലാണ് കന്യാകുമാരി മുതൽ കശ്മീർ വരെയുള്ള ഒരു പദയാത്ര പ്രഖ്യാപിക്കപ്പെടുന്നത്. 2022ൽ ക്വിറ്റ് ഇന്ത്യ സമരത്തിന്റെ (ഭാരത് ചോഡോ അന്തോളൻ) എൺപതാം വാർഷികം ആഘോഷിക്കുന്ന വേളയിൽ ഭാരത് ജോഡോ (ഭാരതത്തെ ഒന്നിപ്പിക്കൂ) എന്ന പേരിൽ ഒരു യാത്ര പ്രഖ്യാപിക്കുകയാണ് പാർട്ടി ചെയ്തത്. സെപ്റ്റംബർ 7ന് കന്യാകുമാരിയിൽ നിന്നാരംഭിച്ചു.

മൗലാനാ അബുൽ കലാം ആസാദ്, ബഹുസ്വരതയുടെ പണ്ഡിത മുദ്ര

ആദ്യത്തെ വിദ്യാഭ്യാസ മന്ത്രി എന്ന നിലയിൽ മൗലാനാ അബുൽ കലാം ആസാദ് രാജ്യത്തിനു നൽകിയ സംഭാവനകൾ അതിരില്ലാത്തതാണ്. ഐഐടികൾ തുടങ്ങി സാങ്കേതിക വിദ്യാഭ്യാസ രംഗത്തും ശാസ്ത്ര-സാമൂഹ്യ ശാസ്ത്ര മേഖലകളിലും ഉന്നത വിദ്യാഭ്യാസം ശാക്തീകരിക്കപ്പെടാൻ അദ്ദേഹം വലിയ പരിശ്രമങ്ങൾ നടത്തി. സംഗീത നാടക കലാ രംഗങ്ങളിൽ മികവ് ഉറപ്പുവരുത്താനും കലാകാരന്മാരെ പ്രോത്സാഹിപ്പിക്കാനും അദ്ദേഹം വഴികൾ വെട്ടി. രാജ്യാന്തര തലത്തിൽ സാംസ്കാരിക കൈമാറ്റങ്ങൾ സാധ്യമാക്കുന്ന ഗവേഷണ രംഗങ്ങളും അദ്ദേഹത്തിന്റെ സംഭാവനയായിരുന്നു. ഇന്ത്യൻ കൗൺസിൽ ഫോർ കൾച്ചറൽ റിലേഷൻസ് അതിന്റെ ഏറ്റവും പ്രൗഢമായ ഉദാഹരണമാണ്.

മൗലാനയുടെ ജന്മദിനം ദേശീയ വിദ്യാഭ്യാസ ദിനമായി ആചരിക്കുന്നു എന്നതുതന്നെ അദ്ദേഹം രാജ്യത്തിനു നൽകിയ സംഭാവനകളെ വരച്ചുകാട്ടുന്നുണ്ട്.

(2019 നവംബർ 11)

ആസാദി കാ അമൃത് മഹോത്സവ്

നമ്മുടെ മതവും ജാതിയും ഭാഷയും വേഷവും നിറവും ഏതുമാകട്ടെ, എത്രതന്നെ വ്യത്യസ്തമാകട്ടെ, നമ്മളെല്ലാം ഇന്ത്യക്കാരാണ്. നമ്മളെല്ലാം ഈ മണ്ണിൽ സ്വതന്ത്രരായി വാഴാൻ വിട്ടുവീഴ്ചയില്ലാതെ, മാപ്പെഴുത്തില്ലാതെ, ശങ്കയില്ലാതെ, സധൈര്യം പോരാടിയവരുടെ പിന്മുറക്കാരാണ്. 'സ്വാതന്ത്ര്യം നമ്മുടെ ജന്മാവകാശമാണെ'ന്നു പറഞ്ഞത് ബാലഗംഗാധര തിലകായിരുന്നു. 'ഇൻക്വിലാബ് സിന്ദാബാദ്' വിളിച്ചത് ഹസ്രത് മൊഹാനിയും, 'നിങ്ങളെനിക്ക് രക്തം തരൂ, ഞാൻ നിങ്ങൾക്ക് സ്വാതന്ത്ര്യം തരാം' എന്നുപറഞ്ഞത് നേതാജിയും 'പ്രവർത്തിക്കുക അല്ലെങ്കിൽ മരിക്കുക' എന്നു വിളംബരം ചെയ്തത് മഹാത്മാഗാന്ധിയും 'പൂർണ്ണ സ്വരാജ്' പ്രമേയം അവതരിപ്പിച്ചത് നെഹ്റുവും അതൊക്കെ ഏറ്റെടുത്തു വിളിച്ചത് അനേകായിരം പോരാളികളുമായിരുന്നു.

അവരെ ഓർത്തും നമ്മെ ഒരുമിപ്പിക്കുന്ന വസ്തുതകളെ നെഞ്ചേറ്റിയും ഭിന്നിപ്പിക്കുന്ന നുണകളെയും അർദ്ധ സത്യങ്ങളെയും ഭൂതകാല വീഴ്ചകളെയും വകഞ്ഞുമാറ്റിയും നമുക്ക് ഈ നാടിനെ കൂടുതൽ ശോഭനമാക്കാം...

സ്വാതന്ത്ര്യദിന ആശംസകൾ.

(15 ആഗസ്റ്റ് 2022)

ശ്രീനാരായണഗുരു ജയന്തി

ഇന്ന് ശ്രീ നാരായണഗുരുവിന്റെ ജയന്തി ആഘോഷം. ഗുരുദേവന്റെ 'ഒരു ജാതി, ഒരു മതം, ഒരു ദൈവം മനുഷ്യന്' എന്ന തത്ത്വചിന്ത സമൂഹം ഒന്നടങ്കം ഏറ്റെടുക്കേണ്ടതിന്റെ പ്രസക്തി ഇന്ന് കൂടുതൽ ശ്രദ്ധേയമാണ്. മനുഷ്യനിൽ മത-ജാതി ചിന്തകൾ മതിലുകൾ തീർക്കുന്ന കാലത്ത് മാനവികതയുടെ സന്ദേശമാണ് നമുക്കിടയിൽ പടരേണ്ടത്.

അറിയേണ്ടവരും അടുക്കേണ്ടവരുമാണ്. വിശാലമായ സൗഹൃദങ്ങൾ ഉണ്ടാവട്ടെ. നന്മ പൂത്തുലയട്ടെ.

2022 സെപ്തംബർ 10

‘പ്രവർത്തിക്കുക അല്ലെങ്കിൽ മരിക്കുക’

1942 ആഗസ്റ്റ് 8, ഗൊവലിയ ടാങ്ക് മൈതാനം. എഐസിസിയുടെ ബോംബെ സമ്മേളനം നടക്കുന്നു. ബ്രിട്ടീഷുകാർ അടിയന്തിരമായി ഇന്ത്യ വിട്ടുപോകണമെന്ന കോൺഗ്രസിന്റെ സമര പ്രമേയം പാസ്സായി. രാജ്യമെമ്പാടും ‘ക്വിറ്റ് ഇന്ത്യാ’ സമരത്തിന്റെ തീച്ചൂടിലായി. അന്നത്തെ മുസ്ലിം ലീഗ്, ഹിന്ദു മഹാസഭ തുടങ്ങിയ വർഗ്ഗീയ സംഘടനകൾ ഒഴികെ രാജ്യത്ത് ദേശീയ പ്രസ്ഥാനത്തിന്റെ നേതൃത്വത്തിൽ സഹസ്രങ്ങൾ തെരുവിലിറങ്ങിയുള്ള പ്രക്ഷോഭ പരിപാടികൾ പടർന്നു.

ഇന്ത്യൻ സ്വാതന്ത്ര്യ സമര ചരിത്രത്തിലെ ഏറ്റവും മഹത്തായ അധ്യായമാണ് ക്വിറ്റ് ഇന്ത്യ സമരം. പൂർണ്ണ സ്വരാജ് പ്രമേയത്തിന് ശേഷം ദേശീയ പ്രസ്ഥാനം ഉയർത്തിയ ഏറ്റവും വലിയ പ്രമേയവും ഇതുതന്നെയായിരുന്നു. ആ പ്രഖ്യാപനത്തിന് 80 വർഷങ്ങളാകുന്നു. സ്വാതന്ത്ര്യസമരത്തിൽ പങ്കെടുത്ത് ജീവത്യാഗം ചെയ്ത ഒരുപക്ഷേ ചരിത്രത്തിൽ എവിടെയും പേരുപോലും കാണാത്ത ആയിരക്കണക്കിന് ആളുകളുണ്ട്. അവരെ സ്മരിച്ചുകൊണ്ട് സ്വാതന്ത്ര്യ സമരത്തിലെ ഏറ്റവും ഉജ്ജ്വലമായ അധ്യായം നമുക്ക് നെഞ്ചോടു ചേർക്കാം...

(8 ആഗസ്ത് 2022)

നവംബർ 14

ഭാരതത്തിനു സ്വാതന്ത്ര്യം ലഭിക്കുമ്പോൾ മുപ്പത് കോടി ജനങ്ങളും പട്ടിണിയും കാലിയായ ഖജനാവുമാണ് നമുക്കുണ്ടായിരുന്നത്. ജവ ഹർലാൽ നെഹ്റുവിന്റെ ശാസ്ത്രബോധവും സോഷ്യലിസ്റ്റ് ചിന്തയും നിശ്ചയദാർഢ്യവും മതനിരപേക്ഷ- ജനാധിപത്യ ബോധ്യങ്ങളുമാണ് ഇന്ത്യയെ ലോകത്തിനാകെ വിസ്മയമെന്നോണം ഉയർത്തിക്കൊണ്ടു വന്നത്.

പഞ്ചവത്സര പദ്ധതികളും ലോകോത്തര നിലവാരമുള്ള ഗവേ ഷണ കേന്ദ്രങ്ങളും ചേരിചേരാനയവും പഞ്ചശീല തത്ത്വങ്ങളും തുടങ്ങി ധൈഷണികമായ ഒരു വലിയ കുതിപ്പ് ഇന്ത്യ നടത്തി. ബ്രിട്ടീഷുകാർ കൊള്ളയടിച്ച ഇന്ത്യയ്ക്ക് ഒരു പതിറ്റാണ്ടുപോലും തികയ്ക്കാൻ കഴിയില്ലെന്ന് പലരും പ്രവചിച്ചിരുന്നു. എന്നാൽ അതെല്ലാം അസ്ഥാനത്തായി. അയൽരാജ്യങ്ങളിൽ രാഷ്ട്രീയ അസ്ഥി രത നടമാടിയപ്പോഴും നമ്മുടെ ജനാധിപത്യം സുശക്തമായി.

നെഹ്റുവിന്റെ വിശ്വവിഖ്യാതമായ 'വിധിയോടുള്ള കൂടിക്കാഴ്ച' യെന്ന പ്രഭാഷണം പോലെ ഇന്ത്യ സ്വാതന്ത്ര്യത്തിന്റെയും സ്വാഭി മാനത്തിന്റെയും പുലരിയിലേക്ക് ഉണർന്നുകൊണ്ടിരുന്നു.

രാഷ്ട്രശില്പി നെഹ്റുവിനെപ്പോലെ ഒരു നേതാവുണ്ടായിരുന്ന തിനാലാണ്, അതുകൊണ്ടുമാത്രമാണ് ഇന്ത്യ കുതിച്ചുയർന്ന് ലോക ശക്തിയായി മാറിയത്. തന്റെ സമകാലിക ലോകത്ത് ഏറ്റവും കൂടുതൽ ആദരവ് നേടിയ ലോകനേതാവായിരുന്നു അദ്ദേഹം. ചെല്ലുന്നിടത്തെല്ലാം വിദേശികൾ തടിച്ചുകൂടി. ലോകോത്തര ചിന്ത കന്മാരും പണ്ഡിതന്മാരും കലാകാരന്മാരും വിപ്ലവകാരികളും അദ്ദേഹത്തോടു ചങ്ങാത്തം കൂടി. ഇന്ത്യയ്ക്കു നെഹ്റുവിലൂടെ വലിയ ആദരവ് ലഭിച്ചുകൊണ്ടിരുന്നു. ലോകപ്രശസ്തമായ ഗ്രന്ഥ ങ്ങൾ ജ്ഞാനലോകത്തിനു സമർപ്പിക്കാനും അദ്ദേഹത്തിന്റെ തൂലിക യ്ക്കു സാധിച്ചു.

നെഹ്റുവിന്റെ ജന്മദിനം ശിശുദിനമായി ആചരിക്കുകയാണ് രാജ്യം. കുട്ടികളിലും യുവജനങ്ങളിലും ഭാവിഇന്ത്യയുടെ പ്രതീക്ഷ കണ്ട മഹാനായ ഒരു ഭരണാധികാരിയുടെ ഓർമ്മകൾ ജ്വലിക്കട്ടെ. നെഹ്റുവിന്റെ കാഴ്ചപ്പാടുകളും ചിന്തകളും നിലപാടുകളും സമീപനങ്ങളും നമുക്ക് ഇപ്പോഴും എപ്പോഴും ആവശ്യമുണ്ട്.

പ്രണാമം.

(14 നവംബർ 2020)

റോഹിൻഗ്യ എന്ന സങ്കടം

ആധുനിക ലോക ചരിത്രത്തിൽതന്നെ ഏറ്റവും വലിയ അഭയാർത്ഥിപ്രശ്നം അനുഭവിച്ചതാണ് ഇന്ത്യ. വിഭജനകാലത്ത് അഭയാർഥികൾക്കുണ്ടായ നരകയാതനകളുടെ ഓർമകളുള്ള ഒരു രാജ്യം, ഐക്യരാഷ്ട്ര സഭയുടെ റിപ്പോർട്ട് പ്രകാരം ലോകത്ത് ഏറ്റവും യാതനകൾ അനുഭവിക്കുന്ന ജനവിഭാഗമായ റോഹിൻഗ്യൻ അഭയാർഥികളോടു മുഖം തിരിക്കുന്നത് അപലപനീയമാണ്.

ലോകത്തെല്ലായിടത്തും ഉള്ളതുപോലെ ഇന്ത്യയിലെ റോഹിൻഗ്യൻ അഭയാർത്ഥികളും വളരെ ദയനീയമായ സ്ഥിതിയിലാണ്

കഴിയുന്നത്. അവർക്ക് സുരക്ഷിതമായ താമസവും ഭക്ഷണവും ശൗചാലയങ്ങളും വിദ്യാഭ്യാസവും അടക്കമുള്ള അടിസ്ഥാന ആവശ്യങ്ങളും മനുഷ്യാവകാശങ്ങളും കേന്ദ്ര സർക്കാർ ഉറപ്പു വരുത്തണം.

അതിഥികളെ ദൈവതുല്യം കാണുന്ന, മനുഷ്യനെ സേവിക്കുന്നത് ദൈവത്തെ സേവിക്കുന്നതിനു തുല്യമാണെന്ന് ലോകത്തെ പഠിപ്പിച്ച ഒരു സംസ്കാരമെന്ന നിലയ്ക്ക് പ്രതീക്ഷയോടെയാണ് അഭയാർത്ഥികൾ ഇന്ത്യയെ സമീപിക്കുന്നത്. അവരെ രാജ്യം നിരസിക്കരുത്.

സ്വദേശത്തേക്കു മടങ്ങിപ്പോകണമെന്ന് ആഗ്രഹിക്കുന്നവരാണ് എല്ലാ അഭയാർത്ഥികളും. സുരക്ഷിതമായി അവരുടെ നാട്ടിലേക്ക് മടങ്ങാനും സമാധാനത്തോടെ അവിടെ കഴിയാനുമുള്ള സാഹചര്യം മനുഷ്യാവകാശത്തിന്റെ ഭാഗമാണ്. ഇത് ഉറപ്പു വരുത്താൻ ഇന്ത്യ റോഹിൻഗ്യൻ ജനതയെ സഹായിക്കണം. അതിനുവേണ്ടി, അന്താരാഷ്ട്രതലത്തിൽ നയതന്ത്ര പരമായ ഇടപെടലുകൾ നടത്തണം.

- **റോഹിൻഗ്യ**

മ്യാന്മാർ എന്ന നമ്മുടെ അയൽരാജ്യത്തെ മതന്യൂനപക്ഷമാണ് റോഹിൻഗ്യൻ മുസ്ലിംകൾ. ഇന്ന് ഭൂമിയിലുള്ളതിൽ വെച്ചേറ്റവും കൂടുതൽ പീഡിപ്പിക്കപ്പെടുന്ന ജനതയാണ് റോഹിൻഗ്യൻ ജനത എന്ന് ഐക്യരാഷ്ട്ര സഭയുടെ മനുഷ്യാവകാശ വിഭാഗം ചൂണ്ടിക്കാണിക്കുന്നു. തീവ്ര ബുദ്ധമത ദേശീയതയുടെ ഭാഗമായി അതിക്രൂരമായ പീഡനങ്ങളെ തുടർന്ന് നാടുവിട്ട പലായനം ചെയ്തവരാണ് റോഹിൻഗ്യക്കാർ. പലരും മൽസ്യബന്ധന ബോട്ടിൽ കയറി ഏതെങ്കിലും കരയിൽ ചെന്നുകയറാമെന്ന് കരുതി നാടു വിട്ടുപോന്നവരാണ്. അങ്ങനെ യാത്ര തുടങ്ങിയവരിൽ കുറെയധികം ജനങ്ങൾ കടലിൽ കര, കാണാതെ, ശുദ്ധജലം കിട്ടാതെ മരിച്ചുപോയിട്ടുണ്ട്. ബംഗ്ലാദേശിലാണ് റോഹിൻഗ്യാൻ അഭയാർത്ഥികൾ കൂടുതലുള്ളത്. ഇന്ത്യയിൽ ഡൽഹി അടക്കമുള്ള വിവിധ ഇടങ്ങളിൽ പല ക്യാമ്പുകളിലായി ഈ അഭയാർത്ഥികൾ കഴിഞ്ഞു വരുന്നു. പതിറ്റാണ്ടുകളായി മ്യാന്മറിൽ തുടരുന്ന വംശഹത്യയ്ക്ക് ഇപ്പോഴും അറുതിയായിട്ടില്ല.

വീരപുത്രൻ

ഇന്ത്യയുടെ വീരപുത്രൻ മുഹമ്മദ് അബ്ദുറഹിമാന്റെ ഓർമ്മകൾക്കു മുമ്പിൽ പ്രണാമം.

ഒരുത്തമ വിശ്വാസി, പക്വമതിയായ ദേശീയവാദി, സത്യസന്ധനായ പൊതുപ്രവർത്തകൻ... വിശേഷണങ്ങൾ ഒരുപാടുണ്ട്. മരണമില്ലാത്ത മനുഷ്യൻ എന്ന് അക്കിത്തം. കവിതയെഴുതുക, വീരപുത്രൻ എന്നു വിശേഷിപ്പിക്കപ്പെടുക, ജീവിച്ചിരുന്ന ചെറിയ കാലത്തിനിടയിൽതന്നെ മാതൃകാപരമായ ഒരു വഴി തുറക്കുക... മുഹമ്മദ് അബ്ദുറഹിമാൻ സാഹിബിന്റെ ജീവിതം അത്രമേൽ പ്രശോഭിതവും സമരപൂർണ്ണവുമായിരുന്നു. കേരളാ പ്രദേശ് കോൺഗ്രസ് കമ്മിറ്റിയുടെ ആദ്യകാല

പ്രസിഡന്റായിരുന്നു സാഹിബ്. ജിന്നയുടെ ലീഗ് ദ്വിരാഷ്ട്ര വാദം ഉയർത്തിയപ്പോൾ ശക്തമായി അതിനെ എതിർത്തു. കറകളഞ്ഞ മതേതരവാദിയും സോഷ്യലിസ്റ്റുമായിരുന്നു അദ്ദേഹം. നിസ്സഹകരണ പ്രസ്ഥാനത്തിൽ ആവേശം ഉൾക്കൊണ്ട് അലിഗഢിൽ നിന്നിറങ്ങി അന്ന് ദേശീയ നേതാക്കൾ സ്ഥാപിച്ച മില്ലിയയിൽ ചേർന്നു. പക്ഷേ, സ്വാതന്ത്ര്യസമരത്തിന്റെ തിരക്കുകൾ തിരഞ്ഞെടുത്ത് പഠനം പാതിവഴിയിൽ നിർത്തി.

‘‘ആയിരം തിരഞ്ഞെടുപ്പിൽ തോറ്റാലും അബ്ദുറഹിമാൻ എന്നും ശരിയുടെ പക്ഷത്തുതന്നെ കാണും’’ എന്ന പ്രഖ്യാപനം ഇന്നത്തെ എല്ലാ രാഷ്ട്രീയക്കാർക്കും പാഠമാണ്. മാധ്യമ പ്രവർത്തന രംഗത്ത് മാതൃകാപരമായ ഒരു റഫറൻസാണ് സാഹിബിന്റെ ജീവിതം. അൽ അമീൻ എന്ന പത്രം മാധ്യമ വിദ്യാർത്ഥികൾ സൂക്ഷ്മമായി ഉൾക്കൊള്ളേണ്ട ഒന്നാണ്. നമുക്കിടയിൽ ഇത്രമേൽ സത്യത്തിനും പരസ്പര വിശ്വാസത്തിനും ബഹുസ്വരതയ്ക്കും വിട്ടുവീഴ്ചയില്ലാതെ സേവനം ചെയ്ത ഒരാൾ ഉണ്ടായിരുന്നു എന്നു നാം പഠിക്കേണ്ടിയിരിക്കുന്നു. നല്ല മനുഷ്യന്, രാഷ്ട്രീയക്കാരന്, പത്രപ്രവർത്തകന് ഇതാ, ഒരുത്തമ മാതൃക....

സാഹിബിന്റെ സ്മൃതിദിനത്തിൽ പ്രാർത്ഥനയോടെ...

(2017 നവംബർ 23)

വിശ്വവിഖ്യാതമായ പ്രസംഗം

ഭാരതത്തിന്റെ സ്വാതന്ത്ര്യപ്പുലരി വിഭജനത്തിന്റെ ഇരുട്ടിലേക്കാണ് കണ്ണുമിഴിച്ചത്. അതിർത്തികളിലും ഉത്തരേന്ത്യയിലെ ഗ്രാമ-നഗരങ്ങളിലും വർഗ്ഗീയ കലാപങ്ങൾ കൊടുമ്പിരികൊണ്ടു. അന്നേരം കലാപത്തിന്റെ തീയണയ്ക്കാനും മാനവികതയുടെ സന്ദേശങ്ങൾ പ്രചരിപ്പിക്കാനും ഇവിടെ ഒരുപറ്റം നേതാക്കളുണ്ടായിരുന്നു. മഹാത്മാഗാന്ധിയും പണ്ഡിറ്റ് ജവഹർലാൽ നെഹ്റുവും മൗലാനാ അബുൽ കലാം ആസാദും സർദാർ വല്ലഭായ് പട്ടേലുമടങ്ങുന്ന ആ നേതൃത്വം രാജ്യത്ത് സമാധാനം കൊണ്ടുവരാൻ അഹോരാത്രം പരിശ്രമിച്ചു.

മതത്തിന്റെ പേരിൽ പാക്കിസ്ഥാൻ എന്നൊരു രാജ്യം വേണമെന്ന് ജിന്നയുടെ നേതൃത്വത്തിൽ ആവശ്യപ്പെട്ടതു പ്രകാരം ഒരു രാജ്യം പിറന്നു. മുസ്ലിംകൾക്കു വേണ്ടിയൊരു ഇസ്ലാമിക് റിപ്പബ്ലിക് ആയിരിക്കുമതെന്നു പ്രഖ്യാപിക്കപ്പെട്ടു. എന്നാൽ, ഇന്ത്യ മതനിരപേക്ഷമായിരിക്കുമെന്ന് ലോകത്തിനു മുന്നിൽ മാതൃകയായി തീരുമാനമെടുക്കാൻ ഈ നേതാക്കൾക്കായി. ഹിന്ദുവും മുസ്ലിമും ക്രിസ്ത്യനും ബുദ്ധനും ജൈനനും മതമില്ലാത്തവനും പാഴ്സിയും, ഒരുമിച്ചു പൊരുതിയ എല്ലാവരും ഒരുപോലെ സൗഹൃദത്തിൽ കഴിയുന്ന ഇന്ത്യയ്ക്കുവേണ്ടി അവർ നിലകൊണ്ടു. അങ്ങനെയൊരു ഇന്ത്യ ഉദിച്ചുയർന്നു.

വിഭജനത്തിന്റെ കരാളമായ അനുഭവങ്ങളിൽ വിറങ്ങലിച്ചു നിൽക്കെ, തങ്ങളുടെ മതത്തിന്റെ പേരിൽ ഒരു രാജ്യം പിറവിയെടുത്തിട്ടും ഭാരതത്തിന്റെ മണ്ണിൽ മരിച്ചുവീഴാൻ കൊതിച്ച മുസ്ലിംകൾ ഇവിടെ തങ്ങി. അവർക്ക് ത്രിവർണ്ണ പതാകയ്ക്കു കീഴിൽ ഗാന്ധിയുടെയും നെഹ്റുവിന്റെയും ആസാദിന്റെയും നേതൃത്വത്തിൽ ഒരിന്ത്യ മതിയായിരുന്നു. അവർ ഈ മണ്ണ് തെരഞ്ഞെടുത്തു. ആത്മാഭിമാനത്തിന്റെ തെരഞ്ഞെടുപ്പ്! എന്നാൽ, അതിർത്തികൾക്കിരുപുറവും കാര്യങ്ങൾ അത്ര എളുപ്പമായിരുന്നില്ല.

കലാപങ്ങളിൽ എല്ലാം നഷ്ടപ്പെട്ട, നിരാശരും നിരാലംബരുമായ ജനങ്ങളെ അഭിസംബോധന ചെയ്ത് ഡൽഹി ജമാ മസ്ജിദിൽ മൗലാനാ ആസാദ് നടത്തിയ വിശ്വവിഖ്യാതമായ പ്രസംഗം ഇന്നേറെ പ്രസക്തമാണ്. ആ പ്രസംഗം ഇന്ത്യൻ മുസ്ലിംകളോടു മാത്രമായിരുന്നില്ല എന്നതാണ് വാസ്തവം. എല്ലാ മതക്കാരുടെയും ജാതി വർഗ്ഗ ഭാഷാ വേഷ വർണ്ണ വൈജാത്യങ്ങളുടെയും മണ്ണായ ഭാരതത്തിൽ ഓരോരുത്തരും സഹിഷ്ണുതയോടെ ഇടങ്ങൾ കണ്ടെത്തുന്നതിനെക്കുറിച്ചുള്ള ആ വാക്കുകൾ ത്രസിപ്പിക്കുന്നതാണ്.

സ്വാതന്ത്ര്യാനന്തര ഇന്ത്യയ്ക്കു ലോകോത്തര നിലവാരമുള്ള സാങ്കേതിക-കലാ-സാംസ്കാരിക കേന്ദ്രങ്ങളും വിദ്യാഭ്യാസ ഗവേഷണ സ്ഥാപനങ്ങളും വിശ്വ വിദ്യാലയങ്ങളും സമ്മാനിച്ച ധിഷണാശാലിയായ മൗലാനാ ആസാദിന്റെ സ്മരണയിൽ രാജ്യം ഇന്നു ദേശീയ വിദ്യാഭ്യാസ ദിനം ആചരിക്കുന്നു. ജി ഡി പിയുടെ ഏറ്റവും നല്ല വിഹിതത്തിലൊന്ന് വിദ്യാഭ്യാസ മേഖലയ്ക്ക് നല്കണമെന്നു നിഷ്കർഷിച്ച ദീർഘദർശിയായ പണ്ഡിതനായിരുന്നു അദ്ദേഹം. ലോകവിവരം കൊണ്ടും തത്ത്വചിന്ത കൊണ്ടും ഭാഷാവൈദഗ്ധ്യം കൊണ്ടും ഏറ്റവും തലയെടുപ്പുള്ള സ്വാതന്ത്ര്യസമര സേനാനികളിൽ ഒരാളാണ് ആസാദ് എന്നതിൽ സംശയമില്ല.

പ്രണാമം.

ജാമിഅയുടെ നൂറു വർഷം

രാജ്യത്തെ ഏറ്റവും മികച്ച കേന്ദ്ര സർവ്വകലാശാലകളുടെ റാങ്ക് ലിസ്റ്റ് കേന്ദ്ര മാനവ വിഭവശേഷി മന്ത്രാലയം തയ്യാറാക്കിയപ്പോൾ ഒന്നാമതെത്തിയത് ജാമിഅ മില്ലിയ ഇസ്‌ലാമിയ എന്ന പ്രൗഢമായ ജ്ഞാന പാരമ്പര്യമാണ്.

ജനാധിപത്യ സമൂഹമെന്ന നിലയ്ക്ക് രാജ്യത്തിന്റെ ചലനാത്മകതയാണ് വിദ്യാർത്ഥിസമൂഹം. ജാമിഅയിലെ വിദ്യാർത്ഥിത്വം അവരുടെ ഭാഗധേയത്വം കൃത്യമായി മനസ്സിലാക്കിയിട്ടുണ്ട്. രാഷ്ട്രത്തിന്റെ പാരമ്പര്യത്തെ കണിശതയോടെ മുറുകെപ്പിടിക്കുന്ന ജാമിഅ മില്ലിയ നൂറു വർഷം പിന്നിടുന്നു എന്നത് വലിയ അഭിമാനമാണ്.

ബ്രിട്ടീഷ് വിരുദ്ധ പോരാട്ടത്തിന്റെ ഭാഗമായി സ്ഥാപിതമായ ജാമിഅ മില്ലിയ ഇസ്‌ലാമിയയ്ക്ക് എക്കാലത്തും പ്രസക്തമായ ഒരു ദൗത്യം നിർവ്വഹിക്കാനുണ്ടെന്ന് ഇപ്പോഴുള്ള തലമുറയും ഉൾക്കൊള്ളുന്നതു വലിയ സന്തോഷം നൽകുന്നു. കോൺഗ്രസിന്റെ നേതൃത്വത്തിലുള്ള ദേശീയ പ്രസ്ഥാനം ജാമിഅ മില്ലിയയുടെ സമരോത്സുകവും ബൗദ്ധികവുമായ ഇടപെടലുകൾക്കു വലിയ പിന്തുണ നൽകിപ്പോന്നു. മഹാത്മാഗാന്ധിയും അലി സഹോദരന്മാരും സാകിർ ഹുസൈനും മൗലാനാ ആസാദും ജവഹർലാൽ നെഹ്റുവും നേതൃത്വം നൽകിയ ഈ വിശ്വ വിദ്യാലയം ഇതുവരെ നടത്തിയ രാഷ്ട്ര നിർമ്മാണ പ്രക്രിയകൾ ഇനിയും അനുസ്യൂതം തുടരട്ടെ.

ഓരോ ഭാരതീയന്റെയും അഭിമാനം ജാമിഅ!

(29 ഒക്ടോബർ 2020)

കെ ആർ നാരായണൻ

കെ.ആർ. നാരായണൻ ഒറ്റപ്പാലത്തു മത്സരിച്ചപ്പോൾ അദ്ദേഹത്തിനു വേണ്ടി ബ്ലാക്ക് ആൻഡ് വൈറ്റ് പോസ്റ്റർ തയ്യാറാക്കാനുള്ള ചുമതല അന്നത്തെ കെ എസ് യു ജില്ലാ പ്രസിഡന്റായിരുന്ന എനിക്കായിരുന്നു. രവീന്ദ്രൻ വലപ്പാട് എന്ന കലാകാരനെക്കൊണ്ട് അതു തയ്യാറാക്കി. ഞാനും കെ എസ് യു സംസ്ഥാന സെക്രട്ടറിയായിരുന്ന അബ്രഹാം ചെറിയാനും ചേർന്ന് അത് പ്രിന്റെടുത്തു. അന്നുമുതൽ കെ.ആർ. നാരായണനോട് വലിയ അടുപ്പമായി. അദ്ദേഹം ജയിച്ച് ഡൽഹിയിലെത്തി. രാജീവ് ഗാന്ധി മന്ത്രിസഭയിൽ അംഗവുമായി.

ഒരിക്കൽ എന്നെയും അബ്രഹാമിനെയും അന്നത്തെ കെ എസ് യു ജില്ലാ വൈസ് പ്രസിഡന്റ് എം.പി. വിൻസെന്റിനെയും കെ. ആർ. നാരായണൻ ഡൽഹിയിലേക്കു വിളിപ്പിച്ചു. അദ്ദേഹത്തിന്റെ അതിഥികളായി ഞങ്ങൾ മൂന്നുപേരും കൂടെ സുഹൃത്ത് മാളിയേക്കൽ ഹുസൈനും പോയി. മന്ത്രിയുടെ വസതിയിലിരിക്കെ ഹുസ്സൈൻ തന്റെ നാട്ടിലുള്ള ഗ്യാസ് ഏജൻസിയിലേക്ക് വിവരങ്ങളറിയാൻ വിളിച്ചു. ഫോണുള്ള നാട്ടിലെ ചുരുക്കം ചില ഇടങ്ങളിലൊന്നായിരുന്നു ഹുസൈന്റെ ഏജൻസി. എന്റെ വീടുള്ള തീരദേശത്താണെങ്കിൽ ഫോണേ ഇല്ല. അപ്പോഴാണ് അറിയുന്നത്, തളിക്കുളത്ത് ഉത്സവത്തിനു വന്ന ആന വിരണ്ടോടിയതും എന്റെ വീടിനടുത്തുകൂടി ഓടി മാളിയേക്കൽക്കാരുടെ മതിലു പൊളിച്ചതും മറ്റും. ആന നേരെ കടപ്പുറത്തു ചെന്നുനിന്നത്രെ. നാട്ടിലാകെ ഭീതി പരന്ന ആ സംഭവമോർത്ത് എനിക്കു വലിയ വേവലാതിയായി.

വിവരങ്ങൾ അന്വേഷിക്കാൻ വീട്ടിൽ ഫോണില്ലേ എന്ന് കെ.ആർ. നാരായണൻ ചോദിച്ചു. ഇല്ലെന്നറിഞ്ഞപ്പോൾ എന്റെ വിലാസം എഴുതിവാങ്ങിച്ചു. ഫോണിന് അപേക്ഷിച്ചോളാനും പറഞ്ഞു. നാട്ടിൽ തിരിച്ചെത്തി പതിനഞ്ചിന്റെ അന്ന് വീട്ടിൽ ഫോണെത്തി. കെ.ആർ. നാരായണന്റെ ക്വോട്ടയിലായിരുന്നു ആ ഫോൺ അനുവദിച്ചു

കിട്ടിയത്. അന്നുമുതലേ അദ്ദേഹത്തോടും കുടുംബത്തോടും നല്ല അടുപ്പമായിരുന്നു.

നന്മയും നൈർമല്യവുമുള്ള ആ മനുഷ്യൻ ദാരിദ്ര്യത്തിൽനിന്നാണ് ലോകത്തിലേറ്റവും വലിയ ജനാധിപത്യ രാജ്യത്തിന്റെ നെറുകയിലെത്തിയത്. കെ.ആർ. നാരായണൻ ഒരു ജനതയുടെ ഉയിർപ്പിന്റെ പ്രതീകം കൂടിയായിരുന്നു. രാഷ്ട്രത്തിന്റെ പ്രഥമ പൗരത്വം അലങ്കരിക്കുമ്പോൾ സഹസ്രാബ്ദങ്ങളായി അരികുവത്കരിക്കപ്പെട്ട ഒരു ജനതയ്ക്ക് സാമൂഹിക ഉച്ചനീചത്വങ്ങളുടെ വൈതരണികളെ മറികടക്കാനുള്ള ഊർജ്ജം കൂടി സമ്മാനിക്കുകയായിരുന്നു, അടിച്ചമർത്തപ്പെട്ടവരുടെ പ്രതിനിധാനം എന്ന നിലയ്ക്ക് അദ്ദേഹം.

കെ.ആർ. നാരായണന്റെ ജന്മശതാബ്ദി വേളയിൽ കോൺഗ്രസ് പ്രസ്ഥാനം ലോകത്തിനു വിഭാവനം ചെയ്ത സാമൂഹിക നീതി രാഷ്ട്രീയത്തിന്റെ പ്രാവർത്തിക പാഠങ്ങൾകൂടി സ്മരിക്കപ്പെടേണ്ടതുണ്ട്.

ഓർമ്മകൾക്കു മുന്നിൽ കൂപ്പുകൈ.

(29 ഒക്ടോബർ 2020)

അഷ്ടമിരോഹിണി

മാലോകരിലേക്ക് സ്നേഹദൂതുമായ് വന്ന, പ്രണയത്തിന്റെ അനശ്വര കാവ്യം തീർത്ത കാർമുകിൽ വർണ്ണന്റെ പിറന്നാൾ. സഹിഷ്ണുതയും സ്നേഹവും നിറഞ്ഞ ജീവിത സങ്കൽപ്പങ്ങൾക്ക് ഊർജ്ജം പകരുന്നതാവട്ടെ ഈ ദിനം.

മഥുരയിലെ ഗോപന്മാരുടെ ഈ രാജകുമാരൻ ഭാരതീയ ഐതിഹ്യങ്ങളിലും വിശ്വാസങ്ങളിലും സ്നേഹത്തിന്റെയും പ്രേമത്തിന്റെയും മോഹനവിലാസമാണ്. സഹാനുഭൂതിയുടെയും സമഭാവനയുടെയും സന്ദേശമാണ് കൃഷ്ണഭഗവാന്റേത്. ഗോപകുമാരന്റെ വശ്യമായ ആ പുഞ്ചിരി മനസ്സിലും മുഖത്തും വിരിയിച്ച് സമാധാനത്തിന്റെ വർത്തമാനവും ഭാവിയും കെട്ടിപ്പടുക്കാൻ നമുക്കാവട്ടെ.

ഏവർക്കും ഹൃദയം നിറഞ്ഞ ശ്രീകൃഷ്ണ ജയന്തി ആശംസകൾ.

(2022 ആഗസ്ത് 18)

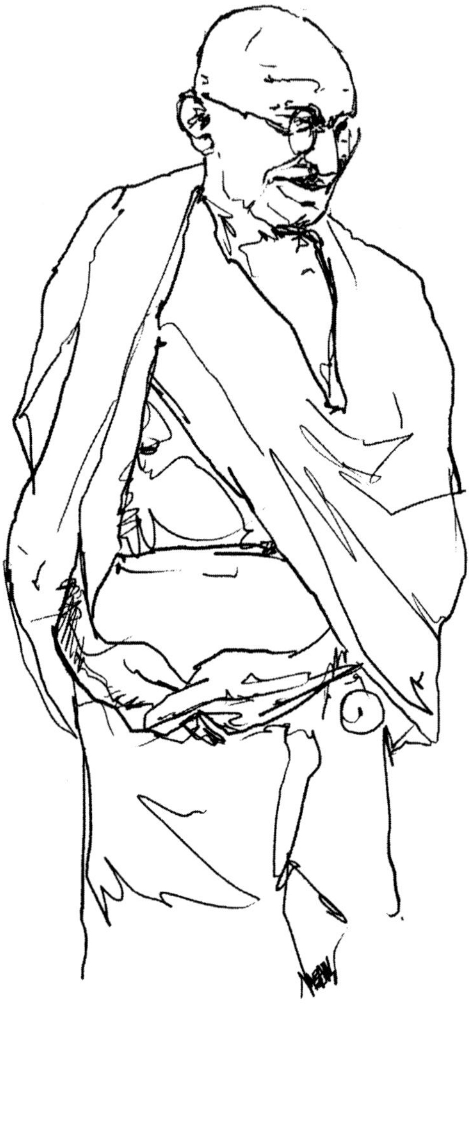

ബാപ്പു...

സ്നേഹം കൊണ്ട് ലോകം കീഴടക്കാമെന്ന് മണ്ണിനെയും വിണ്ണിനെയും പഠിപ്പിച്ച ബാപ്പുജി. മനുഷ്യനന്മ തേടിയലഞ്ഞ 'ഫക്കീർ'. ഐൻസ്റ്റീൻ പറഞ്ഞതുപോലെ, ''രക്തവും മാംസവുമുള്ള ഇങ്ങനെയൊരാൾ ഭൂമിയിൽ ജീവിച്ചിരുന്നുവെന്നു വിശ്വസിക്കാൻ വരുംതലമുറകൾക്കു പ്രയാസമാവും.'' വിട്ടുവീഴ്ചയില്ലാത്ത സത്യാന്വേഷണങ്ങളായിരുന്നു അവിടുത്തേത്. മാനുഷികമായ ചാപല്യങ്ങളെ അകറ്റാനുള്ള കഠിനയജ്ഞങ്ങളായിരുന്നു. തന്റേതായ കണ്ടെത്തലുകൾക്കുവേണ്ടി വാശിപിടിച്ച ആ മനുഷ്യൻ ഒന്നിനെയും വേദനിപ്പിക്കാതിരിക്കാൻ, ഒന്നിനെയും നിഷ്കാസനം ചെയ്യാതിരിക്കാൻ പർവ്വതംപോലെ നിലകൊണ്ടു. സഹനം ഒട്ടും മോശമായ പ്രതിരോധമല്ലെന്ന് ലോകത്തെ ബോധ്യപ്പെടുത്തി. സ്വാതന്ത്ര്യസമരത്തിനു ജനകീയ പാരമ്പര്യം നേടിക്കൊടുക്കാൻ കഴിഞ്ഞവരിൽ ബാപ്പുജിയായിരുന്നു മുന്നിൽ.

സ്വാതന്ത്ര്യലബ്ധിയുണ്ടാകവെ ഹിന്ദു-മുസ്ലീം-സിഖ് ലഹളകളുയർന്നപ്പോൾ ഏതോ പുണ്യനദിപോലെ കലാപഭൂമികളിലൂടെ സാന്ത്വനമേറ്റി ഗാന്ധിജി ഒഴുകി. ഇന്നും ഓരോ ഭാരതീയന്റെ ഉള്ളിലും ആ സ്മരണ നിറഞ്ഞൊഴുകിക്കൊണ്ടേയിരിക്കുന്നു.

മമ്മുട്ടി എന്ന മഹാനടൻ

എന്നുമുതലാണ് മമ്മൂക്ക എന്നെ ത്രസിപ്പിച്ചത് എന്ന് കൃത്യമായി ഒരോർമ്മയില്ല. എന്നാൽ മമ്മൂട്ടി എന്ന മഹാനടനെ വെള്ളിത്തിരയിൽ കണ്ടുതുടങ്ങിയ നാൾമുതലേ മമ്മൂക്ക രോമാഞ്ചം നൽകുന്ന ഒരാവേശ മാണ്. ഓരോ തവണയും മമ്മൂക്കയുടെ സിനിമയും കഥാപാത്രങ്ങളും എല്ലാത്തിലുമുപരി നേരിൽ കാണുമ്പോഴും എന്തെന്നില്ലാത്ത ഒരനു ഭൂതിയും സന്തോഷവും അനുഭവിച്ചിട്ടുണ്ട്. മമ്മൂക്കയുടെ വാത്സല്യവും രാപ്പകലും കാഴ്ചയും കണ്ടു കരഞ്ഞ് സിനിമ തന്നെ കണ്ണിൽ നിന്നു മറഞ്ഞു പോയിട്ടുണ്ട്. കരച്ചിലടക്കാനാവാതെ മാത്രം കണ്ടുതീർന്നതാണ് മമ്മൂക്കയുടെ പല സിനിമകളും.

ബാലു മഹേന്ദ്രയുടെ 'യാത്ര'യും പൊന്തന്മാടയും ഭൂതക്കണ്ണാടിയും മൃഗയയും പേരമ്പും ഉള്ളുലച്ചിട്ടേയുള്ളൂ. ചിരിക്കാനും ആഘോഷി ക്കാനും ആരാധകരെ ഹരം കൊള്ളിക്കാനും മമ്മൂക്കയുടെ സിനിമകളു ണ്ടായിട്ടുണ്ട്. ദളപതി കണ്ട് തമിഴരും യാത്ര കണ്ട് തെലുഗു പ്രേക്ഷകരും മമ്മൂട്ടിയെ നെഞ്ചേറ്റിയിട്ടുണ്ട്. ഓരോ തവണയും സിനിമയുടെ മായികലോകത്ത് തന്നെ പുനരന്വേഷിക്കുന്ന, തന്നെ തേടുന്ന, കണ്ടെ ത്തുന്ന, പുനർനിർമ്മിക്കുന്ന അപാരമായ നടന വൈഭവമുള്ള ഈ പ്രതിഭ മലയാളത്തിൽ പിറന്നത് ഈ നാടിൻറെ പുണ്യമാണ്.

ഇനി പിറക്കുമോ പുലരുമോ
ഇങ്ങനെയൊരു ഇതിഹാസം
ഈ മണ്ണിൽ നിത്യതാരകമായ്
ഒരേയൊരു മമ്മൂക്ക...

ജന്മദിനാശംസകൾ.

(2022 സെപ്തംബർ 7)

രാമായണമാസം

'**സ**ത്യമാണ് ഏറ്റവും ഉയർന്ന ധർമ്മമെന്ന് ധർമ്മജ്ഞാനമുള്ളവർ പറയുന്നു.''

രാമായണ മാസം ആരംഭിക്കുന്നു. ഭക്തിസാന്ദ്രതയുടെ നാളുകളാണ് ഇനി. ആത്മീയമായ ഔന്നിത്യത്തിന് വേണ്ടി മനുഷ്യന്റെ ഹൃദയങ്ങൾ ശ്രീരാമ ഭഗവാന്റെയും സീതാദേവിയുടെയും ത്യാഗ സങ്കൽപ്പങ്ങളിലൂടെ യാത്ര ചെയ്യാൻ ശ്രമിക്കുന്ന ദിനരാത്രങ്ങൾ. കോരിച്ചൊരിയുന്ന കർക്കടകപ്പെയ്ത്തിനിടെ ആദ്ധ്യാത്മികാനുഭൂതിയുടെ രാമായണ വചനങ്ങൾ ഹൈന്ദവ വിശ്വാസികളുടെ വീടുകളിൽ നിറയും. ലോകം മുഴുവനും വെളിച്ചം നിറയട്ടെ എന്ന പ്രാർത്ഥകൾ കത്തിച്ചുവെച്ച വിളക്കിൽ നിന്ന് പ്രസരികും. പരസ്പരം അറിയലിന്റെ പങ്കുവെക്കലിന്റെ സന്തോഷവും ത്യാഗത്തെ കുറിച്ചുള്ള ഓർമ്മപ്പെടുത്തലുകളുമാണ് രാമായണത്തിന്റെ മനോഹരമായ സന്ദേശം.

ഭക്തിസാന്ദ്രമായ രാമായണമാസം ആശംസിക്കുന്നു...

(17 ജൂലൈ 2022)

ശശി തരൂർ

നമ്മുടെ വിശ്വപൗരൻ ഡോ. ശശി തരൂരിന് പരമോന്നത ഫ്രഞ്ച് സിവിലിയൻ ബഹുമതിയായ ഷെവലിയാർ പുരസ്കാരം ലഭിച്ചിരിക്കുകയാണ്. ഓരോ ഇന്ത്യക്കാരനും അഭിമാനിക്കുന്ന ഒരു മുഹൂർത്തമാണിത്. പ്രത്യേകിച്ചും മലയാളികൾ. നമ്മുടെ കേരളനാട്ടിൽനിന്ന് ഈ ലോകത്തോളം ഖ്യാതി നേടിയ ഗ്രന്ഥകാരനും പ്രഭാഷകനും രാഷ്ട്രീയ നിരീക്ഷകനുമൊക്കെയാണ് ഡോ. തരൂർ. എല്ലാ വിഷയങ്ങളിലും തന്റേതായ സിഗ്നേച്ചറുള്ള ഭാരത രാഷ്ട്രീയത്തിന് ഒരുപക്ഷേ ഇന്നോളം പരിചയമില്ലാത്ത ഒരു പണ്ഡിതനായ രാഷ്ട്രീയ പ്രതിഭയാണ് അദ്ദേഹം.

അദ്ദേഹത്തോടൊപ്പം പാർലമെന്റിൽ ചിലവഴിക്കാൻ കഴിയുന്നത് തന്നെ അഭിമാനകരമാണ്. ലോക വീക്ഷണം അദ്ദേഹത്തിന് നൽകിയ വളരെ മനോഹരമായ ചില മൂല്യങ്ങൾ ഡോ. ശശി തരൂരിൽ കാണാൻ സാധിക്കും. ഞാൻ മുൻപ് കൊടുങ്ങല്ലൂർ എംഎൽഎ ആയിരിക്കെ, ഒരു വിദ്യാഭ്യാസ പുരസ്കാര പരിപാടിയിലേക്ക് അദ്ദേഹത്തെ ക്ഷണിച്ചിരുന്നു. അന്ന് പരിപാടി കഴിഞ്ഞ് ഭക്ഷണം കഴിക്കാനിരുന്ന ഡോ. തരൂർ എല്ലാവരെയും അത്ഭുതപ്പെടുത്തിക്കളഞ്ഞു. ലോകം അനുഭവിക്കുന്ന യാതനകളുടെ, ദയനീയതകളുടെ നേർചിത്രങ്ങൾ ആഴത്തിലറിയാവുന്നതിനാലാകണം, അദ്ദേഹം ഭക്ഷണം കഴിക്കുന്നതിൽ കാണിച്ച ശ്രദ്ധ എന്നെ എന്നും ഊൺമേശയുടെ മുൻപിലെത്തുമ്പോൾ ഉള്ളിൽ നിന്ന് തൊട്ടുവിളിക്കുന്നതാണ്. ഒരു വറ്റ് ചോറുപോലും വീണുപോകാതെ, ഒന്നും വെറുതെയാക്കാതെ, അമിത വ്യയമില്ലാതെ അദ്ദേഹം ഭക്ഷണം കഴിച്ചതും അന്ന് ഭക്ഷണത്തിന്റെ മഹത്വവും അത് കിട്ടാത്തവരുടെ ദയനീയതയും മനസ്സിലാക്കിത്തന്നതും എന്റെ ജീവിതത്തിൽ ഞാൻ അദ്ദേഹത്തിൽ നിന്ന് പഠിച്ച ഏറ്റവും ഹൃദയ സ്പർശിയായ ഒരു പാഠമാണ്.

ഇനിയുമൊരുപാട് ഉയരത്തിലെത്താൻ ഡോ. തരൂരിന് സാധിക്കട്ടെ. അഭിമാനിക്കാൻ നമുക്കും ഭാഗ്യമുണ്ടാകട്ടെ.

(11 ആഗസ്ത് 2022)

തൃശ്ശൂർ പൂരം

തൃശ്ശൂരിന് ഇനി പൂരലഹരിയുടെ നിമിഷങ്ങൾ. നാളെയാണ് ലക്ഷ ക്കണക്കിനാളുകൾ കാത്തിരിക്കുന്ന തൃശ്ശൂർ പൂരം. നഗരം കുലുങ്ങിയ സാമ്പിൾ വെടിക്കെട്ടിന് പിന്നാലെ പൂരവിളംബരവുമായി ഇന്ന് രാവിലെ നെയ്തലക്കാവിലമ്മ തെക്കേഗോപുരനട തുറക്കുന്നതോടെ തൃശ്ശൂർ പൂരത്തിരക്കിലേയ്ക്ക് അലിയുകയായി. ഒന്നിൽ നിന്നും പലതായി പെരുക്കുന്ന തൃശ്ശൂർ പൂരം. മേളമായും പഞ്ചവാദ്യമായും കുടകളിൽ വിരിയുന്ന വിവിധ വർണ്ണങ്ങളായും ജനസഹസ്രങ്ങളായും പൂരം പെരുകിപ്പെരുകും.

രണ്ട് വർഷത്തെ കാത്തിരിപ്പിനൊടുവിലെത്തുന്ന പൂരത്തിനായി വെമ്പുകയാണ് ഓരോ പൂരപ്രേമിയുടെയും നെഞ്ചകം. കൊച്ചി രാജാവായിരുന്ന ശക്തൻ തമ്പുരാൻ തുടക്കം കുറിച്ച പൂരത്തിന് പങ്കുവെയ്ക്കാൻ രണ്ട് നൂറ്റാണ്ടിന്റെ മനോഹരമായ ഓർമ്മകളുണ്ട്. ആറാട്ടുപുഴ പൂരമായിരുന്നു തൃശൂർ പൂരത്തിന് മുമ്പേ പേരെടുത്ത പൂരം. ലോകത്തിലെ എല്ലാ ദേവീ ദേവൻമാരും പങ്കെടുക്കാനെത്തുമെന്ന് വിശ്വസിക്കപ്പെടുന്ന ആറാട്ടുപുഴ പൂരം. വിവിധ ദേശങ്ങളിലെ ക്ഷേത്ര ങ്ങളിൽ നിന്നെത്തുന്ന സംഘങ്ങൾ ആറാട്ടുപുഴ പൂരത്തിന്റെ ഭാഗ മാകും. എന്നാൽ 1796ലെ പൂരത്തിന് ശക്തമായ കാറ്റും പേമാരിയും ഉണ്ടായതോടെ പാറമേക്കാവ്, തിരുവമ്പാടി, ചെമ്പുക്കാവ്, കാരമുക്ക്, ലാലൂർ, അയ്യന്തോൾ, ചൂരക്കോട്ടുകാവ്, നെയ്തലക്കാവ്, കണിമംഗലം സംഘങ്ങൾക്ക് എത്താനായില്ല. ഇതോടെ ഇവർക്ക് പൂരത്തിൽ പങ്കെടുക്കാൻ അവസരം നിഷേധിക്കപ്പെട്ടു. ഇതിൽ കുപിതനായ ശക്തൻ തമ്പുരാനാണ് അടുത്ത മീനമാസത്തിലെ പൂരം നാളിൽ തൃശ്ശൂർ പൂരത്തിന് തുടക്കമിട്ടത്.

തിരുവമ്പാടി- പാറമേക്കാവ് ഭഗവതിമാരുടെ കൂടിക്കാഴ്ച്ചയ്ക്ക് സാക്ഷ്യം വഹിക്കാൻ കണിമംഗലം ശാസ്താവും അയ്യന്തോൾ കാർത്ത്യായനി ദേവിയും നെയ്തലക്കാവിലമ്മയും കാരമുക്ക്

ഭഗവതിയും ചൂരക്കോട്ടുകാവിലമ്മയും പനമുക്കംപിള്ളി ശാസ്താവും, ലാലൂർ ഭഗവതിയും എത്തുമ്പോൾ പൂരം കൂടുതൽ സുന്ദരമാകും.

കോവിഡിനെത്തുടർന്ന് കഴിഞ്ഞ രണ്ട് പൂരവും ചടങ്ങ് മാത്രമായി നടത്തുകയായിരുന്നു. പുരുഷാരം വിരുന്നിനെത്തുന്ന പൂരം ചടങ്ങായി നടത്തേണ്ടി വന്നിട്ടുള്ളത് അപൂർവ്വം സന്ദർഭങ്ങളിൽ മാത്രമായിരുന്നു. 1930ൽ കനത്ത മഴയെത്തുടർന്ന് മുഴുവൻ ആനകളേയും എഴുന്നള്ളിക്കാൻ കഴിയാതിരുന്നപ്പോഴും 1948ൽ മഹാത്മാഗാന്ധിയുടെ വധത്തെത്തുടർന്നും 1962ൽ ഇന്ത്യ ചൈന യുദ്ധ സമയത്തും പൂരം ചടങ്ങ് മാത്രമായിട്ടായിരുന്നു നടത്തിയത്. രണ്ട് വർഷത്തെ കാത്തിരിപ്പിനു ശേഷം പൂരപ്രേമികൾക്ക് ആവേശം പകരാൻ മറ്റൊരു തൃശ്ശൂർ പൂരം എത്തുമ്പോൾ ഇക്കുറി പൂരപ്പറമ്പിലെ തിരക്ക് പതിവിലും കവിയുമെന്നാണ് പ്രതീക്ഷിക്കപ്പെടുന്നത്.

എല്ലാവർക്കും പൂരം ആശംസകൾ നേരുന്നു.

(9 മെയ് 2022)

ഇ. സോമനാഥ് എന്ന മാധ്യമപ്രവർത്തകൻ

ഇ. സോമനാഥുമായുള്ള എന്റെ പരിചയം ഒരു മാധ്യമപ്രവർത്തകനോടുള്ള സൗഹൃദം എന്നതിൽ കവിഞ്ഞ് ഒരു സഹോദരനോടുള്ള സ്നേഹവും ആദരവും നിറഞ്ഞ ഊഷ്മളമായ ഒന്നായിരുന്നു. 2001ൽ നാട്ടികയിൽ നിന്ന് എം എൽ എയായി നിയമസഭയിലെത്തുമ്പോഴാണ് സോമനാഥിനെ പരിചയപ്പെടുന്നത്. ആ സൗഹൃദം അറിവിന്റെ കുറേയധികം വാതിലുകൾ എനിക്ക് തുറന്നുതന്നു. രാഷ്ട്രീയത്തിന് പുറമെ സാമൂഹികവും പരിസ്ഥിതികവുമായ അനവധി വിഷയങ്ങളിൽ ആഴത്തിലുള്ള ചർച്ചകൾ എപ്പോഴും ഉണ്ടായി.

നമ്മുടെ പുഴയും മലയും കായലും കടലും കുളവും തണ്ണീർത്തടങ്ങളും വയലുകളും സംരക്ഷിക്കപ്പെടേണ്ടതിന്റെ ആവശ്യകത മനസ്സിലാക്കി 'ഹരിത രാഷ്ട്രീയം' എന്ന ആശയം മുന്നോട്ട് വെച്ചപ്പോൾ സോമനാഥ് നൽകിയ പിന്തുണ വളരെ വലുതായിരുന്നു. പരിസ്ഥിതിക്ക് വേണ്ടിയുള്ള രാഷ്ട്രീയ ചിന്തകളെ വിപുലപ്പെടുത്തേണ്ട ഇടങ്ങളെ കുറിച്ച് സോമനാഥിന് നല്ല വീക്ഷണങ്ങളുണ്ടായിരുന്നു.

2016ന് ശേഷം നിയമസഭയിൽ ഇല്ലായിരുന്നെങ്കിലും സോമനാഥുമായുള്ള സൗഹൃദം തുടർന്നു. വീട്ടുവിശേഷങ്ങളും മക്കളുടെ വിവരങ്ങളും അങ്ങനെ വ്യക്തിപരമായ വിശേഷങ്ങളുമൊക്കെയായി ഞങ്ങൾക്കിടയിൽ സ്ഥിരമായ ഒരു ബന്ധം ഉണ്ടായിരുന്നു. ഗുരുവായൂരിൽ വരുമ്പോഴെല്ലാം എന്നെ വിളിക്കും; കാണും. തിരുവനന്തപുരത്ത് ചെല്ലുമ്പോഴും സോമനാഥിനെ കാണാൻ സമയം കണ്ടെത്തും.

ഇപ്പോൾ വേർപാടിന്റെ വിവരമറിയുമ്പോൾ മനസ്സ് വിങ്ങുന്നു. ഹൃദയം കൊണ്ട് യാത്രാമൊഴി കൂട്ടുകാരാ...

(28 ജനുവരി 2022)

ആദിശങ്കരൻ

അഹന്തയുടെ ജയിലറകളിൽ നിന്ന് സ്വയം മോചിതനാവാതെ ഒരാൾക്കും മോക്ഷം ലഭിക്കില്ലെന്ന് ആദിശങ്കരൻ പഠിപ്പിച്ചു. സ്വന്തത്തെ, ബ്രഹ്മത്തെ തിരിച്ചറിയാനും കണ്ടെത്താനും ആയിരക്കണക്കിന് മൈലുകൾ ഒരാൾ നടന്നാലും അകമേ അഹന്തയുണ്ടെങ്കിൽ, ഈഗോ ഉണ്ടെങ്കിൽ അവൻ ഒരിക്കലും വെളിച്ചം കാണുന്നില്ല. നമ്മുടെ വളർച്ചക്കും വികാസത്തിനുമുള്ള ഏറ്റവും വലിയ തടസവും ഈഗോ തന്നെയല്ലേ. എല്ലാവരോടും നമുക്ക് അസൂയയും ഈഗോയുമാണ്. നമ്മുടെ മാതാപിതാക്കളോട്, കൂടപ്പിറപ്പുകളോട്, പങ്കാളിയോട്, മക്കളോട്, സഹപ്രവർത്തകരോട് എന്നിങ്ങനെ എല്ലാവരോടും. അഹന്തയും ഈഗോയും നമ്മുടെ സ്വസ്ഥത കളയുന്നത് നമ്മൾ തിരിച്ചറിയുന്നുണ്ടോ? നമ്മുടെ പ്രശ്നങ്ങളുടെ കാതൽ നമ്മുടെ ഉള്ളിൽ തന്നെയുള്ള മാലിന്യങ്ങളാണ് എന്ന് നമ്മൾ തിരിച്ചറിയുന്നുണ്ടോ? അഹന്ത വെടിയുക. വെളിച്ചത്തെ തേടുക.

(6 മെയ് 2022)

ജോൺപോൾ

സ്നേഹഭാവത്തിന്റെ തിരക്കഥാകൃത്തായാണ് ജോൺപോളിനെ ഞാൻ സ്മരിക്കുന്നത്. അദ്ദേഹം എഴുതിയ ചലച്ചിത്രങ്ങളുടെ ഉള്ളടക്കം മാത്രം വെച്ചുകൊണ്ടുള്ള ഒരു നിരീക്ഷണമല്ല അത്. മറിച്ച് അദ്ദേഹത്തിന്റെ ജീവിതത്തെ കൂടി മുനിർത്തിയാണ്. നാട്ടികയിലും കൊടുങ്ങല്ലൂരിലുമൊക്കെ എംഎൽഎ ആയിരിക്കുമ്പോൾ തന്നെ പല പരിപാടികൾക്കും അദ്ദേഹത്തെ ഞാൻ അതിഥിയായി പങ്കെടുപ്പിക്കാറുണ്ടായിരുന്നു.

ഓരോ പ്രേക്ഷകന്റെയും ശ്രോതാവിന്റെയും മനസ്സിലേക്ക് ജോൺപോളിന്റെ തൂലികയും ശബ്ദവും വാക്കുകളും എളുപ്പം കയറിപ്പറ്റി. ചലച്ചിത്രരംഗത്ത് തിരക്കഥാകൃത്ത് എന്നതുമാത്രമല്ല അദ്ദേഹത്തിന്റെ വിലാസം. സിനിമയുടെ എല്ലാ മേഖലകളിലും അദ്ദേഹം പ്രവർത്തിച്ചു.

മലയാള സിനിമാ മേഖലയിൽ വലിയ നഷ്ടം അടയാളപ്പെടുത്തിയാണ് ജോൺപോൾ വിടവാങ്ങുന്നത്. ആദരാഞ്ജലികൾ.

(23 ഏപ്രിൽ 2022)

കെ.പി.എ.സി. ലളിതചേച്ചിയും ഞാനും

ലളിതചേച്ചിയോട് വലിയ അടുപ്പമുണ്ടായിരുന്നു. ഒരുമ ബീച്ച് ഫെസ്റ്റിവലിനും സ്നേഹോത്സവത്തിനുമൊക്കെ ലളിതചേച്ചിയെ പങ്കെടുപ്പിക്കാൻ കഴിഞ്ഞത് വലിയ സന്തോഷവും അഭിമാനവുമുള്ള കാര്യമായിരുന്നു. മലയാള സിനിമയിലെ ഏറ്റവും പ്രിയപ്പെട്ട അമ്മ കഥാപാത്രങ്ങളായ സുകുമാരി ചേച്ചി, കെപിഎസി ലളിത ചേച്ചി, കവിയൂർ പൊന്നമ്മ ചേച്ചി എന്നിവരെ ഒരേവേദിയിൽ ആദരിക്കാൻ അവസരം ലഭിച്ചത് ഇന്നും മനസ്സിന് നൽകുന്ന ശാന്തതയും സമാധാനവും വലുതാണ്.

മാടമ്പി സിനിമയിൽ ലാലേട്ടന്റെ അമ്മയായി ലളിതേച്ചി അഭിനയിക്കുന്ന 'അമ്മ മഴക്കാറിന് കൺ നിറഞ്ഞു...' എന്ന ഗാനം കാണുമ്പോൾ എപ്പോഴും കരച്ചിൽ വരും. ആർക്കാണ് അല്ലെങ്കിലും ആ പാട്ട് കേൾക്കുമ്പോൾ കരയാതിരിക്കാൻ കഴിയുക?

ലളിത ചേച്ചിക്ക് പ്രണാമം.

(23 ഫെബ്രുവരി 2022)

പി.ടി. തോമസ്

പി.ടി. തോമസ് കെ എസ് യുവിന്റെ സംസ്ഥാന പ്രസിഡന്റ് സ്ഥാനത്തേക്ക് മത്സരിക്കുമ്പോൾ അദ്ദേഹത്തെ പിന്തുണച്ച ജില്ലാ പ്രസിഡന്റുമാരിൽ ഒരാളായിരുന്നു ഞാൻ. പിന്നീട് അദ്ദേഹം സംസ്ഥാന പ്രസിഡന്റും ഞാൻ തൃശ്ശൂർ ജില്ലാ പ്രസിഡന്റുമായി കുറേകാലം വിദ്യാർത്ഥി രാഷ്ട്രീയത്തിൽ ഒരുമിച്ച് പ്രവർത്തിച്ചു.

അങ്ങേയറ്റം ആത്മബന്ധമുണ്ടായിരുന്ന നേതാവായിരുന്നു അദ്ദേഹം. നിലപാടുകളുടെ കാര്യത്തിൽ പുലർത്തിയ കണിശതയുടെ കാര്യത്തിൽ രാഷ്ട്രീയത്തിൽ ഒരു മാതൃകയാണ് പി.ടി. അദ്ദേഹം എടുത്ത പരിസ്ഥിതി സംബന്ധിച്ച വിഷയങ്ങളിലെ നിലപാടുകളിൽ അദ്ദേഹത്തോടൊപ്പം നിലയുറപ്പിച്ചിട്ടുണ്ട്.

സ്വന്തം സമുദായത്തിൽ നിന്നും പ്രസ്ഥാനത്തിൽ നിന്നും വരെ നിലപാടുകളുടെ പേരിൽ വിമർശനങ്ങളും എതിർപ്പുകളും നേരിട്ടപ്പോഴും തന്റെ തിരിച്ചറിവിൽ ഉറച്ചുനിൽക്കാൻ പി.ടിക്ക് കഴിഞ്ഞു.

പി.ടിയുടെ വിയോഗത്തിലൂടെ കേരള രാഷ്ട്രീയത്തിന് വലിയ നഷ്ടമാണെന്നതോടൊപ്പം എനിക്ക് വ്യക്തിപരമായി വലിയ നഷ്ടമാണ്. കണ്ണീരോടെയല്ലാതെ ഒരു പ്രവർത്തകനും അദ്ദേഹത്തെ യാത്രയാക്കാൻ സാധിക്കില്ല.

വിട...

(22 ഡിസംബർ 2021)

ഹൃദയം

ഹൃദയഹാരിയായ ഒരു സിനിമാനുഭവമായിരുന്നു വിനീത് ശ്രീനിവാസൻ രചനയും സംവിധാനവും നിർവ്വഹിച്ച മെരിലാൻഡ് സിനിമയുടെ ബാനറിൽ വിശാഖ് സുബ്രഹ്മണ്യം നിർമ്മിച്ച 'ഹൃദയം.'

റിലീസായ ആദ്യ ദിവസം തന്നെ പ്രിയതമ രമയുടെയും മകൻ ആഷികിന്റെയും കൂടെ തിയറ്ററിൽ പോയി ചിത്രം കണ്ടു. ഒരു പുതിയ കാല ഭാവുകത്വമാണ് ഈ സിനിമ എന്നറിയാമായിരുന്നെകിലും വിനീത് ശ്രീനിവാസന്റെ ചിത്രം എന്ന വലിയ പ്രതീക്ഷയാണ് തിയറ്ററിൽ കയറാൻ പ്രേരിപ്പിച്ചത്. ദിനേനയുള്ള സാധാരണ തിരക്കുകളൊഴിഞ്ഞെന്നു തോന്നിയപ്പോൾ രാത്രി സിനിമ കണ്ടു. പതിവുള്ള ചെറിയ ക്ഷീണമൊക്കെ ഞാനും മനസ്സും ശരീരവും മറന്നു. തുടക്കം മുതൽ മൂന്ന് മണിക്കൂറോളമുള്ള സിനിമാനുഭവത്തിലുടനീളം കാലം, ഇടം തുടങ്ങിയ ഭൗതിക തലങ്ങൾ അപ്രസക്തമായി.

അത്രമേൽ ഹൃദയത്തിലേക്ക് നീട്ടിവെച്ച ഈണങ്ങൾ, താളങ്ങൾ, ദൃശ്യ മുഹൂർത്തങ്ങൾ. വിനീത് ശ്രീനിവാസന്റെ അവസാന ചിത്രമായ ജേക്കബിന്റെ സ്വർഗ്ഗരാജ്യം ഇറങ്ങി അഞ്ചുവർഷങ്ങൾക്കിപ്പുറമാണ് ഹൃദയം നമ്മൾ കാണുന്നത്. സംഗീതവും സിനിമയോടുള്ള അഭിനിവേശവും കലയോടുള്ള ആത്മാർത്ഥയും തീർത്ഥം ചെയ്തെടുത്ത ഒരു മനസ്സാണ് വിനീതിന് ഇതുപോലെ ഒരു മനോഹര സിനിമ സാധ്യമാക്കാൻ ത്രാണി നൽകുന്നത് എന്നെനിക്കുറപ്പുണ്ട്.

സ്കൂളിലും കോളേജിലും പ്രണയിച്ചവർക്ക്, അഭൗമമെന്ന് തോന്നിക്കുന്ന മനുഷ്യബന്ധങ്ങളുണ്ടായിരുന്നവർക്ക്, സൗഹൃദത്തിന്റെ വേനലും മഴയും മഞ്ഞും അനുഭവിച്ചവർക്ക് ഈ ചിത്രം ഉള്ളം തൊടാതെ കണ്ടുതീർക്കാനാവില്ല. എന്റെ വിദ്യാർത്ഥി കാലഘട്ടത്തിലെ ഒരു പശ്ചാത്തലമേയല്ല ഈ സിനിമ. എന്നിട്ടും എനിക്കത് മനസ്സിൽ കൊള്ളുന്ന ഒരനുഭവമാകുന്നു. പ്രണവിന്റെ അരുണും ദർശനയുടെ ദർശനയും കല്യാണിയുടെ നിത്യയും ഒട്ടും അതിശയോക്തിയില്ലാത്ത

പച്ച ജീവിതങ്ങളാണ് എന്ന് എന്റെ മനസ്സ് വിശ്വസിക്കുന്നു. ആന്റണി താടിക്കാരനും മായയും സെൽവയും കാളിയും നമ്മുടെ ജീവിതത്തിൽ ഇതുപോലെയോ ഇതിനു സമാനമായതോ അല്ലെങ്കിൽ ഇതേ വികാരങ്ങളോടെ മറ്റേതൊക്കെയോ ഭാവത്തിൽ വന്നിറങ്ങിപോയ ജീവിതങ്ങളാണെന്ന് നമ്മൾ തിരിച്ചറിയുന്ന നിമിഷങ്ങൾ വല്ലാത്ത അനുഭവമാണ്.

അരുൺ എന്ന എൻജിനീയറിങ് വിദ്യാർത്ഥി പഠനകാലത്ത് നേരിടുന്ന വിവിധ ജീവിത പാഠങ്ങളാണ് കഥയുടെ അടിസ്ഥാനം. പ്രണയം, സൗഹൃദം, പഠനം, മാനവികത എന്നിങ്ങനെ ഒരു യുവാവ് തന്റെ ജീവിത നിമിത്തങ്ങൾക്ക് നേരെനിന്ന് അഭിമുഖീകരിച്ചുപോകുന്നത് നമുക്ക് ഈ ചിത്രത്തിൽ കാണാം. എൻജിനിയറിങ് ജോലി ചെയ്യുമ്പോഴും ജീവിതത്തിന്റെ അർത്ഥം തേടുന്ന 'സമാധാനം' അന്വേഷിക്കുന്ന ഒരു യുവാവ് നമ്മളെല്ലാവരും കടന്നുപോകുന്നതോ കടന്നുകഴിഞ്ഞതോ ആയ ജീവിതത്തെയാണ് പ്രതിനിധീകരിക്കുന്നത്. പ്രണവ് മോഹൻലാൻ അരുൺ എന്ന ഈ കഥാപാത്രത്തെ മികച്ചതാക്കിയിട്ടുണ്ട്. 'ഹൃദയം' എന്ന ചിത്രത്തെക്കുറിച്ച് ഏറ്റവും കൂടുതൽ ആളുകൾക്കുണ്ടായിരുന്ന ആകാംക്ഷ ഒരുപക്ഷേ പ്രണവിന്റെ പ്രകടനം തന്നെയായിരിക്കും. അതാവട്ടെ ഗംഭീരമാക്കിയിരിക്കുന്നു. പ്രത്യേകിച്ചും നെഗറ്റീവ് ഭാവങ്ങളോടെയുള്ള പ്രകടനകൾ അതിഗംഭീരമാണ് എന്നെനിക്ക് തോന്നി. റാഗിങ് രംഗങ്ങളിൽ 'അമൃതം ഗമയ'യിലെ മോഹൻലാലിനെ പ്രണവ് ഓർമ്മിപ്പിച്ചു. പ്രണവ് മാത്രമല്ല, ദർശനയും കല്യാണിയും അശ്വിത് ലാലും വിജയരാഘവനും ജോണി ആന്റണിയും അജു വർഗീസും (എനിക്ക് ഈ അജു വർഗ്ഗീസിനെ സ്ക്രീനിൽ കാണുന്നത് തന്നെ വലിയ സന്തോഷം നൽകുന്ന സംഗതിയാണ്) എന്നുതുടങ്ങി സ്ക്രീനിൽ വന്ന എല്ലാവരും അവരുടെ ഇടം ഭദ്രമാക്കിയിട്ടുണ്ട്. കഥാപാത്രങ്ങളെ തിരഞ്ഞെടുക്കുന്നതിൽ അണിയറക്കാർ കാണിച്ച കൃത്യത അഭിനന്ദനം അർഹിക്കുന്നതാണ്.

അരുൺ എന്ന കഥാപാത്രം അച്ഛനാകുന്ന നിമിഷം, താൻ തേടുന്നതെന്താണോ അത് തന്നെ തേടുന്നുണ്ട് എന്ന ജലാലുദ്ധീൻ റൂമിയുടെ വചനത്തെ അർത്ഥമാക്കുന്ന തന്റെ ഭാര്യയെയും കുഞ്ഞിനേയും കുറിച്ച് അരുൺ ദർശനയോട് അവളുടെ കല്യാണത്തലേന്ന് പറയുന്ന വാക്കുകൾ, ഭൂതകാലത്ത് വന്നുപോയ വികാരവായ്പുകൾക്കപ്പുറത്തേക്ക് വർത്തമാനത്തിലും ഭാവിയെക്കുറിച്ചുള്ള പ്രതീക്ഷകളിലും ജീവിക്കുന്ന യാഥാർത്ഥ്യബോധമുള്ള മനുഷ്യൻ എന്നതൊക്കെ ഓരോ കുടുംബ പ്രേക്ഷകരെയും ആഴത്തിൽ തഴുകുന്ന അനുഭവമാകുന്നു. വിനീതിന്റെ എഴുത്തും സംവിധാനവും വിശ്വജിത്തിന്റെ

കാമറയും ഹിശാമിന്റെ സംഗീതത്തോടൊപ്പം ചേരുന്ന വേളയിലാണ് ഈ സിനിമ ഹൃദ്യമാകുന്നത്.

എന്തുമാത്രം മാസ്മരികതയുള്ള സംഗീതമാണ് ഹിഷാം ഈ ചിത്രത്തിന് ഒരുക്കിയിരിക്കുന്നത്. അതും വിവിധ ഭാവങ്ങളുള്ള പാട്ടുകളാണ് ഓരോന്നും. ക്ലാസിക്കൽ തുടങ്ങി ആധുനിക സംഗീതം അടക്കം സൂഫി സംഗീതം വരെയും നീളുന്ന വിവിധ പാട്ടുകളും പശ്ചാത്തല സംഗീതവും പിന്നെ ഗൃഹാതുരത്വം കൊണ്ടുവരുന്ന പഴയ പാട്ടുകളുടെയും നാടൻ പാട്ടുകളുടെയും ചെറിയ അടരുകളും തിയേറ്റർ അനുഭവം ഒരു പ്രത്യേക ആത്മീയാനുഭവമാക്കിത്തീർക്കുന്നു.

ഗൃഹാതുരത്വം, കോളേജ് ജീവിതം, പ്രണയം തുടങ്ങിയ പ്രമേയങ്ങൾ നിരവധി തവണ ആവർത്തിച്ചിട്ടുള്ളതാണ്. പക്ഷെ, സ്വന്തം ജീവിതത്തിൽ നിന്നുള്ള അദ്ധ്യായങ്ങളാണ് ഹൃദയത്തിലൂടെ വിനീത് അവതരിപ്പിക്കുന്നത്. മൂന്ന് മണിക്കൂർ സിനിമ എന്ന രീതിയൊക്കെ വളരെ കുറഞ്ഞ ഒരു കാലത്ത് ഒട്ടും മുഷിപ്പിക്കാതെ പ്രേക്ഷകനെ പിടിച്ചിരുത്താൻ കഴിയുന്ന ഒരു സിനിമ കാഴ്ചവെക്കുക എന്നത് പ്രമേയത്തിലെ പുതുമയും പഴമയുമല്ല അവതരണത്തിലെ ബ്രില്യൻസാണ് തീരുമാനിക്കുന്നത് എന്ന് പറയുന്ന സിനിമയാണ് 'ഹൃദയം.'

എന്നെ ഏറ്റവും തൊട്ട ഒരു ഭാഗം അരുണും നിത്യയും തങ്ങളുടെ മകന് പേരിടുന്ന ഭാഗമാണ്. പലർക്കും നേരത്തേ പ്രവചിക്കാൻ കഴിഞ്ഞ ഒരു സന്ദർഭമായിരിക്കാം ഇതെങ്കിൽ കൂടി മനുഷ്യ ബന്ധത്തെക്കുറിച്ചുള്ള ഏറ്റവും മനോഹരമായ ഒരു പ്രസ്താവ്യമായി ഈ രംഗം മാറുകയാണ്. ആ സമയത്ത് തിയറ്ററിൽ മുഴുവൻ ആ ഒരു വൈകാരികത നിറഞ്ഞുമുറ്റിയതായി എനിക്ക് അനുഭവപ്പെട്ടു. സെൽവ എന്ന കഥാപാത്രവും അവൻ ഉണ്ടാക്കിയ പഠന വൃത്തവും അമ്മയും അച്ഛനും സമാധാനത്തോടെ ഉറങ്ങുന്ന വേളയാണ് ആകെയുള്ള തന്റെ ജീവിത ലക്ഷ്യമെന്ന സെൽവയുടെ വാക്കുകളും തീരെ ചെറുതല്ലാത്ത സന്ദേശങ്ങളാണ് മുന്നോട്ട് വെക്കുന്നത്.

കത്തെഴുതിയെറിഞ്ഞും പുസ്തകത്തിൽ ഒളിപ്പിച്ചു വെച്ചും പിന്നാലെ നടന്നും വഴിയിൽ കാത്തുനിന്നും ഒളിച്ചും മറഞ്ഞും പ്രണയം പ്രകടിപ്പിച്ചിരുന്ന ഒരു കാലഘട്ടത്തിൽ നിന്നുമാറി പിറകെ നടക്കുന്നതും ചൂഴ്ന്നുനോക്കി നിൽക്കുന്നതുമൊക്കെ മോശം പരിപാടിയാണെന്ന് അരുണിന്റെ കഥാപാത്രം പറയുന്നത് ഒരുപക്ഷേ സിനിമയിലെ കഥ നടക്കുന്ന കാലത്തെ ചിന്തയായിട്ടല്ല; പകരം വർത്തമാനകാലത്തെ പ്രേക്ഷകനോട് നേരിട്ടുള്ള ഓർമ്മപ്പെടുത്തലാണ്. സിനിമയിലെ നർമ്മ രംഗങ്ങൾക്കും ഉണ്ട് വലിയ പ്രത്യേകത.

വിനീതിന്റെ എഴുത്തിലെ ഭംഗിയാണത്. ഒപ്പം ജോണി ആന്റണി, അശ്വിത് ലാൽ, അഭിഷേക് ജോസഫ് എന്നിവരുടെ അസാമാന്യ പ്രകടനവും കൂടിയാവുമ്പോൾ തിയറ്ററിൽ മനസ്സറിഞ്ഞ ചിരിയുണരുന്നു.

എനിക്കേറ്റവും അതിശയവും സന്തോഷവും തോന്നിയ ഒരു കാര്യം, തുടക്കത്തിലും ഒടുക്കത്തിലും വിനീത് ശ്രീനിവാസൻ എന്ന പേരെഴുതിക്കാണിക്കുമ്പോൾ പ്രേക്ഷകർ അതിയായ സന്തോഷത്തോടെ എഴുന്നേറ്റുനിന്ന് കൈയ്യടിക്കുന്ന സന്ദർഭമാണ്. അതൊരു അംഗീകാരമാണ്. പ്രേക്ഷകന്റെ മനസ്സറിഞ്ഞ് പടം പിടിക്കാനുള്ള ബ്രില്യൻസിന് ലഭിക്കുന്ന അംഗീകാരം. വിനീത് മലയാള സിനിമയ്ക്ക് ലഭിച്ച അസാമാന്യ കഴിവുകളുള്ള ഒരു ജീനിയസാണ് എന്ന് ഞാൻ പറയും.

നന്ദി വിനീത്, പ്രണവ്, ഹിഷാം, വിശാഖ്, കല്യാണി, ദർശന... നിങ്ങളുടെ; അല്ല നമ്മുടെ ഈ ഹൃദയത്തിന്?

(23 ജനുവരി 2022)

സുഭാഷ് ചന്ദ്രബോസ് എന്ന നായകൻ

നേതാജി സുഭാഷ് ചന്ദ്രബോസിനെ പോലെ മറ്റൊരു ദേശീയ സ്വാതന്ത്ര സമരനായകൻ വേറെയില്ല. അത് അദ്ദേഹം നയിച്ച സമര ങ്ങൾ മറ്റു ദേശീയ സമരങ്ങളിൽ നിന്ന് വ്യത്യസ്തമായിരുന്നു എന്ന തിനാലാണ്. സായുധ സമരങ്ങളിലൂടെ ഇന്ത്യയുടെ മോചനം സാധ്യമാക്കാമെന്ന് അദ്ദേഹം നിരീക്ഷിച്ചു. 1938ൽ കോൺഗ്രസിന്റെ അധ്യക്ഷ സ്ഥാനമൊഴിഞ്ഞ് അദ്ദേഹം ബ്രിട്ടീഷ് സാമ്രാജ്യത്വത്തിനെ തിരായ ആഗോള സഖ്യം രൂപീകരിക്കാൻ ഇറങ്ങിത്തിരിച്ചു.

ജപ്പാന്റെ കൂടെ ഇന്ത്യക്കാർക്ക് സായുധ പരിശീലനം നൽകി ബർമ്മ വഴി ബ്രിട്ടീഷ് ഇന്ത്യയിലേക്ക് കയറാമെന്ന് അദ്ദേഹം കണക്കു കൂട്ടി. സൂര്യനസ്തമിക്കാത്ത ബ്രിട്ടീഷ് സാമ്രജ്യത്വത്തിനെതിരായ വലിയ പോരാട്ടങ്ങൾ നടന്നെങ്കിലും ഒടുവിൽ അതെല്ലാം ധീരോദാത്തമായ വീഴ്ചകളിൽ കലാശിച്ചു. അപ്പോഴും ദശലക്ഷങ്ങൾക്ക് നേതാജി ഒരു ത്രസിപ്പിക്കുന്ന നേതാവായിരുന്നു.

പലതവണ പരാജയപ്പെട്ടപ്പോഴും ഒരിക്കലും ബ്രിട്ടീഷുകാർക്ക് മാപ്പെഴുതിക്കൊടുത്ത് തടിതപ്പാമെന്ന് നേതാജി കരുതിയില്ല. ജീവൻ കൊടുത്തും സ്വാതന്ത്ര്യം നേടുക എന്നതുതന്നെയായിരുന്നു ലക്ഷ്യം. ബ്രിട്ടീഷുകാർക്കൊപ്പം ചേർന്ന് സ്വാതന്ത്ര്യ സമരസേനാനികളുടെ വീടുകൾ കൊള്ളയടിച്ചും സ്ത്രീകളെ മാനഭംഗപ്പെടുത്തിയും ഒറ്റു കൊടുത്തും വിധ്വേഷ രാഷ്ട്രീയ വിചാരധാരക്ക് അടിത്തറ പണിയുന്ന തിരക്കിലായിരുന്നു അന്നത്തെ സംഘപരിവാർ. അപ്പോഴും അഹിംസ യുടെ വഴിയിൽ ഗാന്ധിയും നെഹ്റുവും ആസാദും പട്ടേലും ബ്രിട്ടീഷു കാർക്കെതിരെ വലിയ സമരങ്ങൾ നയിച്ചു. കിഴക്കൻ പ്രവിശ്യകളി ലാകട്ടെ നേതാജിയുടെ സായുധ പോരാട്ടങ്ങളും കൊടുമ്പിരി കൊണ്ടു. ചരിത്രം ചരിത്രമായി തന്നെ നമ്മളെല്ലാം ഓർക്കണം. നേതാജി എന്നും ജ്വലിക്കുന്ന മുഖമായി നമ്മുടെ നെഞ്ചിൽ വാഴട്ടെ...

(23 ജനുവരി 2022)

സ്വാമി വിവേകാനന്ദൻ

ദേശീയ യുവജനദിനമാണിന്ന്. കുറഞ്ഞകാലത്തെ തന്റെ ജീവിതം കൊണ്ട് ഭാരതത്തിന്റെ മാനവിക ദർശനങ്ങളെ ലോകത്ത് പ്രചരിപ്പിച്ച തേജസ്വിയാണ് സ്വാമി വിവേകാനന്ദൻ. സ്വാമിജിയുടെ ജന്മദിനം ഇന്ത്യൻ യുവജന ദിനമായി ആചരിക്കുമ്പോൾ അദ്ദേഹം പ്രചരിപ്പിച്ച മാനവികതയുടെ സമഭാവനയുടെ സന്ദേശങ്ങൾ നമ്മുടെ യുവത യിലേക്ക് എത്തണം.

ആശയപരമായ വ്യത്യാസങ്ങൾ സർഗ്ഗാത്മകമായ സംവാദങ്ങൾ ക്കപ്പുറം അക്രമത്തിന്റെ വഴിയിലൂടെ പോകാതിരിക്കാൻ എല്ലാവരും അവരുടെ യുവപൗരന്മാർക്ക് വഴികാണിക്കണം. വെറുപ്പും വിദ്വേഷവും പ്രചരിപ്പിച്ച് മനുഷ്യരെ തമ്മിൽ അകറ്റുന്ന പ്രത്യയശാസ്ത്രങ്ങൾക്ക് എതിരായിരുന്നു സ്വാമി വിവേകാനന്ദൻ.

ചിക്കാഗോയിലെ ലോക സമ്മേളനത്തിൽ വെച്ച് ലോക നന്മക്ക് വേണ്ടി നിലകൊള്ളാൻ മതങ്ങളെ ഉപയോഗപ്പെടുത്തണമെന്ന സന്ദേശ മാണ് സ്വാമി നൽകിയത്. മതം ഉപയോഗിച്ച് രാഷ്ട്രീയ ലാഭമുണ്ടാക്കുന്ന എല്ലാവർക്കും സ്വാമി ഒരു തിരുത്താണ്.

സ്വാമിയുടെ സഹിഷ്ണുതാ ദർശനങ്ങൾ നമുക്ക് പാഠമാവട്ടെ.

(12 ജനുവരി 2022)

സ്നേഹത്തിന്റെ വിശ്വസന്ദേശം ക്രിസ്തുമസ്

സ്നേഹത്തിന്റെ വിശ്വസന്ദേശമാണ് യേശുക്രിസ്തുവിന്റേത്. അജ്ഞത യുടെയും അഹന്തയുടെയും ഇരുളിൽ കഴിഞ്ഞിരുന്ന ജനതയെ ഏറ്റവും വലിയ ത്യാഗങ്ങളിലൂടെ മോചിപ്പിക്കാനാണ് മിശിഹായുടെ അവതാരവും അതുതന്നെയാണ് അവിടുത്തെ സന്ദേശവും. സാഹോദ ര്യവും സമാധാനവും വിളംബരം ചെയ്ത യേശുദേവൻ മനുഷ്യന്റെ ഏറ്റവും വലിയ ജീവിത നിയോഗം പരസ്പര ശുശ്രൂഷയാണെന്ന് പഠിപ്പിച്ചു.

സഹജീവി സ്നേഹത്തിന്റെ ഉദാത്ത മാതൃക കാണിച്ച, ഭൂമിയിൽ സന്മനസ്സുള്ളവർക്ക് സമാധാനം എന്നുപഠിപ്പിച്ച, മദ്യപാനിയായ

തൊഴിലാളി ധനികനാവില്ല എന്ന് അരുളിയ, നിന്നെ പോലെ നിന്റെ അയൽക്കാരനെ സ്നേഹിക്കാൻ പ്രബോധനം ചെയ്ത സ്നേഹത്തിന്റെ അണയാതാരകം യേശുദേവന്റെ വാഴ്ത്തുപാട്ടുകൾ നിറയട്ടെ. സ്നേഹം പരക്കട്ടെ.

വ്യക്തിപരമായി ക്രിസ്തുമസ് എനിക്ക് വലിയ ആഘോഷമാണ്. വൈവാഹിക ജീവിതത്തിനുശേഷം ക്രിസ്തുമസും തൊട്ടടുത്ത ദിവസത്തെ വിവാഹവാർഷികവും വലിയ സന്തോഷത്തോടെ കൊണ്ടാടുന്നതാണ് ശീലം. ലോകം മുഴുവൻ ഒരേദിവസം വെളിച്ചവും നിറവും കുളിരും കരോൾ താളങ്ങളുമായി ആഘോഷത്തിലാറാടുന്ന അനുപമ വേളയാണ് ഓരോ ക്രിസ്തുമസും. എന്നാൽ ഇത്തവണ എന്റെ പ്രിയപ്പെട്ട പി ടിയുടെ വിയോഗം കാരണം ഈ ക്രിസ്തുമസും വിവാഹവാർഷികവും ഒന്നും തന്നെ പഴയതുപോലെ ആഘോഷിക്കുന്നില്ല. പി ടി പോയെന്ന ചിന്ത വരുമ്പോഴൊക്കെ മനസ്സിനും ശരീരത്തിനും വേഗത കുറയുകയാണ്. സന്മനസ്സുള്ളവർക്ക് സമാധാനം. ക്രിസ്തുമസ് സന്തോഷങ്ങൾ...

(25 ഡിസംബർ 2021)

അനുധാവനത്തിന്റെ ആനന്ദം: ഡോ. അബ്ദുൽ ഹകീം അസ്ഹരി ഉസ്താദ്

ഇരുട്ടിൽ നിന്ന് വെളിച്ചത്തിലേക്കുള്ള മനുഷ്യന്റെ പ്രയാണമാണ് സ്നേഹ നബിയുടെ സന്ദേശം. അപരനോടുള്ള സ്നേഹമാണ് നബി വഴിയുടെ പ്രധാനപ്പെട്ട കാൽവിളക്ക്. തെറ്റുചെയ്യുന്ന ഒരാളെ കണ്ടാൽ പോലും തെറ്റിനെ വെറുക്കുക, അത് ചെയ്യുന്ന ആൾക്ക് മാനസാന്തരമുണ്ടാകാൻ പ്രവർത്തിക്കുക എന്നാണ് നബി കാണിച്ച വഴി. മതവും ജാതിയും ഭാഷയും നിറവും നോക്കിയല്ല, ഉള്ളിലെ നന്മ നോക്കിയാണ് മനുഷ്യരിൽ ശ്രേഷ്ഠരുണ്ടാകുന്നതെന്ന് നബി പറഞ്ഞു. മനസ്സിലെ നന്മയാകട്ടെ നമുക്ക് നിശ്ചയിക്കാവുന്നതല്ലല്ലോ. അതിനാൽ ആരും ആരെയും വിലയിരുത്താൻ മെനക്കെടരുതെന്ന് സാരം.

ഓരോരുത്തരും അവന്റെ വഴികൾ പ്രകാശിപ്പിക്കാൻ മുതിരുക. സഹജീവി സ്നേഹത്താൽ അവരവരുടെ ജീവിതങ്ങൾ സുഗന്ധം നിറഞ്ഞതാക്കുക. നബിയുടെ ജീവിതവഴികൾ അതുപോലെ പകർത്തുക സാധ്യമല്ല. പക്ഷേ, സാധാരണ മനുഷ്യർക്ക് സാധിക്കുന്ന അനവധി കാര്യങ്ങളുണ്ട് താനും. നബി ചര്യയുടെ സാധ്യമായ പിന്തുടരലാണ് നല്ല വിശ്വാസിയുടെ പ്രകാശനം. നല്ല വിശ്വാസിയെന്നാൽ നല്ല മനുഷ്യനാവുക എന്നാണ്.

നബിയുടെ ജീവിതമെങ്ങനെയായിരുന്നു എന്നതിനെ സംബന്ധിച്ച് വളരെ കൃത്യതയോടെ എന്നാൽ സരളമായി എഴുതപ്പെട്ട ഒരു മനോഹരമായ പുസ്തകമാണ് എന്റെ സുഹൃത്ത് ഡോ. അബ്ദുൽ ഹകീം അസ്ഹരി ഉസ്താദ് രചിച്ച 'അനുധാവനത്തിന്റെ ആനന്ദം.' ഒറ്റയിരുപ്പിൽ വായിച്ചു തീർക്കാൻ കഴിയുന്ന വലിപ്പവും ഭാഷയും അവതരണവുമാണ്. പുറത്തിറങ്ങിയ സന്ദർഭത്തിൽ തന്നെ, ഔദ്യോഗിക പ്രകാശനത്തിനും മുന്നേ, ഗ്രന്ഥകാരന്റെ കൈയ്യിൽ നിന്ന് നേരിട്ട് വാങ്ങാൻ കഴിഞ്ഞെങ്കിലും വായിക്കുന്നത് ഇക്കഴിഞ്ഞ ദിവസമാണ്.

നബിയുടെ രൂപവും ഭാവവും മുതൽ സംസാരവും സാമൂഹിക ഇടപെടലും വ്യക്തിജീവിതത്തിലെ ശ്രദ്ധേയ സവിശേഷതകൾ വരെയും ലളിതമായി ഈ പുസ്തകം പറയുന്നുണ്ട്. നബിയുടെ പുഞ്ചിരിയെക്കുറിച്ചും സംസാരത്തെപ്പറ്റിയും ഇനിയും ഹകീം അസ്ഹരിക്ക് എഴുതിക്കൂടായിരുന്നോ എന്ന് തോന്നി. അതുപോലെ എന്നെ ഏറ്റവും കൂടുതൽ ആകർഷിച്ച ഒരു ഭാഗം നബിയുടെ സ്വഭാവത്തെ പറ്റിയുള്ളതാണ്. അതിവിടെ ചേർക്കാം:

'തന്റെ പിന്നിലുള്ളവർ പ്രയാസപ്പെടും എന്ന് കരുതി അവിടുന്ന് നിസ്കാരം ദീർഘിപ്പിക്കില്ല. നിസ്കാരത്തിനിടെ ഏതോ കുട്ടി കരയുന്നത് നബി കേട്ടു. നിസ്കാരം ദീർഘിപ്പിക്കാൻ ഉദ്ദേശിച്ച നബി അത് ചുരുക്കി.'

ഈ നബിദിന സന്തോഷത്തിൽ വായിക്കേണ്ട ഒരു പുസ്തകമായി ഞാനിത് പരിചയപ്പെടുത്തുന്നു. വിശദമായ ഒരു വായനാകുറിപ്പ് പിന്നീടാവാം. ഇതര വിശ്വാസങ്ങളെയും ആചാരങ്ങളെയും മഹദ് വ്യക്തികളെയും അടുത്തറിയാനുള്ള ശ്രമങ്ങൾ എപ്പോഴുമുണ്ടാകണം. അങ്ങനെ വരുമ്പോഴാണ് മനുഷ്യരെ അകറ്റാനുള്ള വ്യാജ വ്യവഹാരങ്ങൾ തിരിച്ചറിയാൻ സാധിക്കുന്നത്; മനുഷ്യരെ തമ്മിൽ ചേർക്കുന്ന സദ്ഭാവനകൾ മനസ്സിലാവുന്നത്. അങ്ങനെ ശീലിക്കുമ്പോഴാണ് വെറുപ്പിന് പകരം സ്നേഹം നമ്മുടെ മുഖമുദ്രയാവുക.

ഏവർക്കും നന്മ നിറഞ്ഞ നബിദിന സന്തോഷങ്ങൾ.

(19 ഒക്ടോബർ 2021)

സലീംകുമാറിന്റെ സിൽവർ ജൂബിലി

പതിറ്റാണ്ടുകളായി എനിക്കേറെ സൗഹൃദമുള്ള മലയാളത്തിന്റെ സ്വന്തം സലീംകുമാർ അദ്ധേഹത്തിന്റെ സിനിമാ കരിയറിന്റെ സിൽവർ ജൂബിലി ആഘോഷിക്കുകയാണ് എന്നത് ഏറെ സന്തോഷിപ്പിക്കുന്ന കാര്യമാണ്.

മലയാളിയെ ചിരിപ്പിച്ചും ചിന്തിപ്പിച്ചും തന്റേതായ നിലപാടുകൾ ഉറക്കെ പ്രഖ്യാപിച്ചും കാൽനൂറ്റാണ്ട് കാലമായ് സലീംകുമാർ നമ്മുടെയൊക്കെ ഹൃദയത്തിലുണ്ട്. ഒരപൂർവ്വ പ്രതിഭയാണ് സലീം കുമാർ എന്നതിൽ സംശയമില്ല. ഹാസ്യനടൻ എന്ന അത്യധികം ശ്രമകരമായ ഇടവും നായകനടൻ എന്ന നിലയ്ക്കുള്ള പ്രഭാവങ്ങളും ഏറെ അതിശയകരമായ രീതിയിൽ വെള്ളിത്തിരയിൽ അവതരിപ്പിച്ച അതുല്യ പ്രതിഭയാണ് അദ്ദേഹം.

മനുഷ്യബന്ധങ്ങൾക്ക് ഏറെ വിലകല്പിക്കുന്ന ഒരു നല്ല സുഹൃത്തായി എന്നും എല്ലാവരുടെയും മനസ്സിൽ സലീംകുമാറുണ്ട്. എന്റെയും, എന്റെ കുടുംബത്തിന്റെയും സുഖ-ദുഖങ്ങളിൽ അദ്ദേഹം പങ്കെടുത്തു. എന്റെ മാതാവ് മരണപ്പെട്ടപ്പോൾ എന്നെ ആശ്വസിപ്പിക്കാൻ ഓടിയെത്തിയവരിൽ കൂടപിറപ്പിനെ പോലെ കൂടെ നിന്നയാൾ. എന്റെ എല്ലാ ഇലക്ഷിനിലും എനിക്കൊപ്പം പ്രചരണത്തിന് വന്നിരുന്നു പ്രിയപ്പെട്ട സലീംകുമാർ.

അദ്ദേഹത്തിന് മികച്ച രചനക്കുള്ള സംസ്ഥാന പുരസ്കാരം ലഭിച്ച അദ്ദേഹം തന്നെ സംവിധാനം ചെയ്ത് നായകനായ 'കറുത്ത ജൂതൻ' എന്ന സിനിമ ചെയ്തപ്പോൾ എളിയവനായ എന്നെ കൂടി ആ ചിത്രത്തിന്റെ ഭാഗമാക്കിയതിലെ സന്തോഷം പങ്കുവെക്കുന്നു.

എത്രയോ ചിത്രങ്ങളിൽ മലയാളിയെ പൊട്ടിച്ചിരിപ്പിക്കാനും അതുപോലെ ചിന്തിപ്പിക്കാനും കഴിഞ്ഞ അപൂർവ്വം നടൻമാരിൽ ഒരാൾ

തന്നെയാണ് താങ്കൾ. മലയാള സിനിമയിലെ ഹാസ്യഭാവുകത്വത്തിന്റെ സലീംകുമാർ പ്രത്യേക മേൽവിലാസം ഉണ്ടാക്കി. അതോടൊപ്പം, അച്ഛനുറങ്ങാത്ത വീടും ആദാമിന്റെ മകൻ അബുവും തുടങ്ങിയ വേഷങ്ങൾ മലയാളിയുടെ ഇടനെഞ്ചിൽ കനലായി ഇപ്പോഴും വിങ്ങുന്നു.

സലീം കുമാർ, അഭിനയകലയുടെ കരുത്തുറ്റ മുഖമായ് മുന്നേറുക. ഒരുപാട്, ഒരുപാട് സന്തോഷങ്ങൾ.

(16 സെപ്തംബർ 2021)

നിത്യയൗവനത്തിന് 70 വയസ്

മലയാള സിനിമയുടെ വല്യേട്ടൻ മലയാളിയെ അഞ്ച് പതിറ്റാണ്ടു കാലമായ് വിസ്മയിപ്പിക്കുകയാണ്. സിനിമയെന്ന കലയോടുള്ള അടങ്ങാത്ത ആവേശമാണ് മമ്മുക്കയുടെ യൗവനത്തെ തീക്ഷ്ണമായി പ്രകാശിപ്പിക്കുന്നതും അഞ്ച് പതിറ്റാണ്ടുകാലമായി നമ്മെ വിസ്മയിപ്പി ക്കുന്നതും. ലോക സിനിമയിൽ തന്നെ പ്രതിഭാശാലികളെ സംഭാവന ചെയ്ത മലയാള സിനിമയുടെ അഭിനയ കലയിൽ യൗവനകാലം തൊട്ടേ എനിക്കേറ്റവും പ്രിയം മമ്മുക്കയെ തന്നെയാണ്.

കാൽ നൂറ്റാണ്ടു കാലമായി ഏറേ വ്യക്തിബന്ധവും ജേഷ്ഠ വാത്സല്യവും അനുഭവിക്കാനായിട്ടുണ്ട്. രാഷ്ട്രീയമായി അഭിപ്രായ ഏറ്റക്കുറച്ചിലുകൾ ഉണ്ടെങ്കിലും എന്റെ എല്ലാ നല്ല പ്രവർത്തനങ്ങൾക്കും അദ്ദേഹം അകമഴിഞ്ഞ് പിന്തുണച്ചു. ഇലക്ഷൻ കാലങ്ങളിൽ എനിക്ക് വലിയ പിന്തുണകൾ കിട്ടി. എം എൽ എ ആയിരിക്കുമ്പോൾ എന്റെ നിരവധി പ്രോഗ്രാമുകൾക്ക് അദ്ദേഹം കാർമികത്വം വഹിച്ചു.

മഹാപ്രളയകാലത്ത് ക്യാമ്പുകളിലും മറ്റു ദുരിതാശ്വാസ കേന്ദ്ര ങ്ങളിലും കൈതാങ്ങായി ഓടിയെത്തി. ഞാൻ ആദ്യമായി എഴുതി ഗ്രീൻ ബുക്സ് പ്രസിദ്ധീകരിച്ച 'ഓർമ്മകളുടെ സ്നേഹതീരം' പ്രകാശനം ചെയ്തതും ഇക്കയായിരുന്നു. പലപ്പോഴും ഒരനുജന്റെ സ്നേഹവാത്സല്യങ്ങൾ എളിയവനായ എനിക്ക് നേരിട്ടനുഭവിക്കാ നായി.

തൃശൂർ ജില്ലയിൽ നിന്ന് രാജ്യത്തിന് നൽകിയ ആദ്യ കാല സംവിധായകനായ രാമു കാര്യാട്ട് അവാർഡ് നാട്ടികയിലെ സ്നേഹ തീരത്തിന്റെ മണ്ണിൽ അദ്ദേഹത്തിന് നൽകാനായി. എങ്ങനെയാണ് ലോകസിനിമയ്ക്ക് ഇയാൾ വിസ്മയമാവാതിരിക്കുക. മതിലുകളിലെ ബഷീറും വിധേയനിലെ ഭാസ്കര പട്ടേലറും വടക്കൻ വീരഗാഥയിലെ ചന്തുവും പൊന്തൻമാടയിലെ മാടയും അംബേദ്കറിലെ അംബേദ്കറും അങ്ങനെ എത്രയോ ചലച്ചിത്രങ്ങൾ കൊണ്ട് തനിക്കു പകരം താൻ മാത്രമാണെന്ന് നിരവധി തവണ തെളിയിച്ച നിത്യഹരിതനായകനു ജന്മദിനാശംസകൾ...

ഇനിയും ഒരുപാട് കാലം മലയാളത്തിന്റെ വല്യേട്ടനായ് വാഴട്ടെ...

ആദിയുഷഃസന്ധ്യ പൂത്തതിവിടെ...
ആദി സർഗ്ഗ താളമാർന്നതിവിടെ

(ഒ.എൻ.വി)

(7 സെപ്തംബർ 2021)

പലായനം

അഫ്ഗാനിസ്ഥാനിൽ നിന്ന് പലായനം ചെയ്ത് ബെൽജിയം എയർ പോർട്ടിലെത്തിയ ഒരു കുടുംബത്തിന്റെ ഫോട്ടോയാണിത്. റോയിറ്റേഴ് സിന്റെ ജൊഹാന്ന ഗിറോൺ പകർത്തിയ ഈ ചിത്രം വലിയ സന്ദേശമാണ് ലോകത്തിന് നൽകുന്നത്. ഈ ചിത്രത്തിൽ കാണുന്ന പിറകിലെ ആ പെൺകുട്ടിയെ നോക്കൂ. അവൾ പറക്കുകയാണ്. സന്തോഷത്താൽ പ്രതീക്ഷയുടെ ചക്രവാളം നോക്കി പറക്കുകയാണ്.

താലിബാൻ ഭരണം ഭീകരതെയുടെ താണ്ഡവമായിരിക്കുമെന്ന് ഭയന്നാണ് ആയിരങ്ങൾ അഫ്ഗാൻ വിടുന്നത്. 1996 മുതൽ 2001 വരെയുള്ള അവരുടെ ഭരണം അത്രമേൽ നരകതുല്യമായിരുന്നു.

ആയിരങ്ങളാണ് കാബൂൾ എയർപോർട്ടിൽ വിവിധ രാജ്യങ്ങളിലേക്ക് പലായനം ചെയ്യാൻ ഊഴം കാത്ത് നില്ക്കുന്നത്. അത്രമേൽ ഹതഭാഗ്യരായ ആ ജനതയെ ക്രൂരമായി വേട്ടയാടുകയാണ് ഇസ്ലാമിക് സ്റ്റേറ്റ് ഭീകരർ. നൂറ് കണക്കിന് ആളുകളാണ് അവരുടെ ബോംബാക്രമണത്തിൽ കഴിഞ്ഞ ദിവസം കൊല്ലപ്പെട്ടത്. ഭീകരത ഇത്രകണ്ട് സിരകളിൽ ആഴ്ന്നിറങ്ങിയ രാക്ഷസന്മാരിൽ നിന്ന് അഫ്ഗാൻ ജനത എന്നാണ് സ്വതന്ത്രരാവുക?

(29 ആഗസ്ത് 2021)

- **അഫ്ഗാനിസ്ഥാനിലെ അഭയാർത്ഥി പ്രശ്നം**

പതിറ്റാണ്ടുകൾ നീണ്ട വൈദേശിക അധിനിവേശങ്ങളാൽ രാഷ്ട്രീയ സ്ഥിരതയില്ലാതെയായ ഒരു രാജ്യമാണ് അഫ്ഘാനിസ്ഥാൻ. സോവിയറ്റ് യൂണിയനും അമേരിക്കയും അവരുടെ അധിനിവേശത്തിലൂടെ അഫ്ഗാൻ ജനതയുടെ രാഷ്ട്രീയ തിരഞ്ഞെടുപ്പുകളെയും സാമൂഹ്യ ജീവിതത്തെയും തകിടം മറിച്ചു. സോവിയറ്റ് യൂണിയനെ തോൽപ്പിക്കാൻ അമേരിക്ക വളർത്തിയെടുത്ത മുജാഹിദ് സംഘങ്ങൾ പിന്നീട് താലിബാൻ ആയി വളരുകയും അമേരിക്കക്ക് തന്നെ അപകടമാവുകയും ചെയ്തു എന്നാണ് നേര്. ഒടുവിൽ 2021ൽ അമേരിക്ക അഫ്ഘാൻ മണ്ണിൽ നിന്ന് പിൻവാങ്ങിയതോടെ താലിബാൻ അഫ്ഗാനിസ്ഥാന്റെ അധികാരം പിടിച്ചെടുത്തു. താലിബാൻ നടപ്പിലാക്കുന്ന ഭീകരവാദ നയങ്ങളിൽ ഇന്ന് ലക്ഷക്കണക്കിന് ആളുകളാണ് മറ്റു ദേശങ്ങളിലേക്ക് പലായനം ചെയ്തത്.

ഇന്ത്യ എന്ന വികാരം

എച്ച്.ആർ.ഡി. മന്ത്രാലയത്തിന്റെ പാർലമെന്ററി സ്റ്റാന്റിങ് കമ്മിറ്റി യുടെ ലഡാക്ക് സന്ദർശനത്തിനിടെ ലേയിലുള്ള സൈന്യത്തിന്റെ ഹാൾ ഓഫ് ഫെയിം സന്ദർശിച്ചു. കൂടെ തമിഴ്നാട്ടിലെ മധുരയിൽ നിന്നുള്ള എം.പി സി.പി.എമ്മിന്റെ ശ്രീ.വെങ്കിടേഷുമുണ്ടായിരുന്നു.

1891 ധീരരക്തസാക്ഷികളുടെ ശവകുടീരം സന്ദർശിച്ച് എല്ലാ മല യാളികൾക്കും വേണ്ടി അഭിവാദ്യം അർപ്പിച്ചു. നാം സ്വസ്ഥമായുറ ങ്ങുന്നത് ഈ ധീരരുടെ ഉണർച്ചയിലും രക്തസാക്ഷിത്വത്തിലുമാണ്. അവരുടെ ത്യാഗത്തിന് ലോകത്തൊന്നും പകരമാവില്ല. പാക്കിസ്ഥാ നോടും ചൈനയോടും വിവിധ യുദ്ധങ്ങളിൽ അടരാടി വീണ ധീര യോദ്ധാക്കളുടെ പേരുകൾ നോക്കി. അതിൽ വിവിധ റെജിമെന്റു കളിലായി ഹിന്ദുവും മുസ്ലിമും സിഖും ക്രിസ്ത്യാനിയും അങ്ങനെ വിവിധ മത-ജാതി-ഭാഷ-ദേശ വിലാസങ്ങളുള്ളവർ. ഇതാണ് ഇന്ത്യ എന്ന വൈകാരികമായ ഒരോർമ്മപ്പെടുത്തലായി ഇത്.

(6 ജൂലൈ 2021)

വിഷു

നരകാസുരൻ ഒരു പ്രതീകമാണ്. നമുക്കിടയിലെ അക്രമികൾ പ്രതിഫലിപ്പിക്കുന്നത് ആ ഇരുട്ടിനെയാണ്. അവരുടെ പ്രാഗ് ജോതിഷങ്ങളിൽ വെളിച്ചത്താൽ തിരുത്തുകയാണ് നമ്മുടെ ധർമ്മം. കൃഷ്ണ ഭഗവാൻ നരകാസുരനെ നിഗ്രഹിച്ച വസന്തകാല വരവിന്റെ ഓർമ്മക്ക് വിഷു പൂത്തു നിൽക്കുന്നു.

മനുഷ്യർക്കിടയിൽ വെറുപ്പ് വിതയ്ക്കുന്ന, മനുഷ്യ ജീവനുകൾ അപഹരിക്കുന്ന, ഭീതി ഉല്പാദിപ്പിക്കുന്ന ആളുകളെ വിവേകത്തിന്റെ, സ്നേഹത്തിന്റെ, സഹിഷ്ണുതയുടെ വെളിച്ചം കൊണ്ട് തിരുത്താനുള്ള ത്രാണിയാണ് നമ്മൾ ആർജ്ജിക്കേണ്ടത്. ഈ വിഷുവും അങ്ങനെയൊരു ഓർമ്മപ്പെടുത്തലിന്റെയാകട്ടെ.

ഇന്നും നാളെയുമായി കുടുംബത്തോടൊപ്പം വിഷു ആഘോഷിക്കുകയാണ്. കണിയൊരുക്കിയും സുഹൃത്തുക്കളെ സൽക്കരിച്ചും ഈ ദിവസങ്ങൾ കൂടുതൽ സന്തോഷകരമാക്കുന്നു. ഇന്നും നാളെയും നോമ്പ് അനുഷ്ഠിക്കുന്നില്ല. കഴിഞ്ഞ കുറെ വർഷങ്ങളായി റമദാൻ നോമ്പ് പൂർണ്ണമായും എടുക്കുന്നതാണ്. ഇതുപോലെ തിരുവോണവും വിഷുവും ഒരുമിച്ചു വരുന്ന ദിവസങ്ങളിൽ നോമ്പ് ഒഴിവായിട്ടുണ്ട്. അതൊക്കെ വീണ്ടെടുക്കാറുമുണ്ട്. ഇത്തവണയും അതുപോലെ തന്നെ വീണ്ടെടുക്കും.

ഏവർക്കും വിഷു ആശംസകൾ.

(13 ഏപ്രിൽ 2021)

സുഗതകുമാരി ടീച്ചർ

എന്റെ ടീച്ചറമ്മ വിടവാങ്ങി. ഭൂമിയാണ്, പ്രകൃതിയാണ് അമ്മയെന്ന് പഠിപ്പിച്ച സുഗതകുമാരി ടീച്ചർ ഇഹലോകത്തെ പൊടിയും പുക ച്ചുരുളുകളും നിറഞ്ഞ വിധി വൃത്തങ്ങൾ കടന്ന് പരലോകത്തെ ഏതോ വടവൃക്ഷത്തിന്റെ കുളിരുള്ള തണലിലേക്ക് പോയി.

വലിയ ആത്മബന്ധമുണ്ടായിരുന്നു ടീച്ചറോട്. അനുപമമായ ഒരു ആത്മചൈതന്യം സുഗന്ധം പോലെ എപ്പോഴും ചുറ്റിലുള്ളവർക്ക് പകർന്നു നൽകിയിരുന്ന ഒരമ്മ. എന്നോട് സ്വന്തം മകനെന്ന പോലെ യായിരുന്നു അവിടുത്തെ കരുതൽ. ഞാൻ എന്റെ അമ്മയെ കുറിച്ചെഴുതി അനശ്വര ഗസൽ ഗായകൻ ഉമ്പായി ആലപിച്ച 'അമ്മേ അനുപമ സൗന്ദര്യമേ...' എന്ന ഗാനമായിരുന്നു എന്റെ കോളർ ട്യൂൺ. എന്നെ

വിളിക്കുമ്പോൾ ആ പാട്ട് കേൾക്കാൻ തുടങ്ങിയതിൽ പിന്നെ എപ്പോൾ എന്തിന് വിളിച്ചാലും ആദ്യം അമ്മയുടെ ക്ഷേമം ആരായും. ഒരു കൂലിപ്പണിക്കാരിയായ എന്റെ അമ്മയെ കുറിച്ച് ടീച്ചറമ്മ കാണിക്കുന്ന സ്നേഹം എന്നെ വല്ലാതെ ഉലച്ചിരുന്നു.

ടീച്ചറമ്മയുടെ ഒരു പിറന്നാളിന് അവിടുത്തെ വീടായ വരദയിൽ ചെന്ന് ഞാനൊരു മരം നട്ടു നനച്ചിട്ടുണ്ട്. അതിപ്പോഴും അവിടെയുണ്ട്. ആ തണലിൽ ചെല്ലുമ്പോഴെങ്കിലും ഞാനെന്റെ ടീച്ചറമ്മയുടെ കുളിരുള്ള കരുതലേൽക്കുമായിരിക്കും. കൊടുങ്ങല്ലൂർ എം എൽ എ ആയിരിക്കുമ്പോൾ വലിയ അനാരോഗ്യത്തിന്റെ അവശതകൾക്കിടയിലും എന്റെ പരിസ്ഥിസ്തി സൗഹൃദ ഉദ്യമങ്ങൾക്ക് വഴികാട്ടിയെന്നോണം ടീച്ചറമ്മ വന്നിട്ടുണ്ട്. എസ്സെൻ പുരത്തെ കാവിൽ വന്ന് ആ പച്ചപ്പിന്റെ ശീതളച്ഛായയിലിരുന്ന് പ്രകൃതിയെന്ന അമ്മയെ പറ്റി ടീച്ചർ പറഞ്ഞു വെച്ച പൊരുളുകൾ ഇപ്പോഴും കാതിലുണ്ട്. മണ്ണും മനുഷ്യനാണ് എന്റെ മതമെന്ന് പറയാൻ എനിക്ക് ത്രാണി നൽകിയത് എന്റെ ടീച്ചറമ്മയാണ്. മലയാളത്തിന്റെ മഹാകവിയത്രിക്ക്, മലയാളിയുടെ പരിസ്ഥിതി ബോധ്യങ്ങളിൽ ഒഴിച്ചുകൂടാനാവാത്ത പോരാളിക്ക്, എന്റെ ടീച്ചറമ്മക്ക് കണ്ണീരോടെ യാത്രാമൊഴി.

(23 ഡിസംബർ 2020)

ഗുരുദേവസമാധി

മലയാള ദേശം ലോകത്തിന് സമ്മാനിച്ച ഒരു മഹാനായ സാത്വിക ജീവിതമായിരുന്നു ഗുരുദേവൻ. ജാതീയതയുടെ ഇരുട്ടിനെ സമഭാവന കൊണ്ട് മായ്ച്ചുകളഞ്ഞ മാനവികവാദി. മനുഷ്യനെ മനുഷ്യനായി കാണുന്ന മതത്തെയും ദൈവത്തെയും ജാതിയെയും വിഭാവനം ചെയ്ത ഗുരുദേവൻ സമൂഹത്തിലെ അനാചാരങ്ങൾക്കെതിരെ നടത്തിയ വിപ്ലവം അതുല്യമായിരുന്നു. ഗുരുദേവ ദർശനങ്ങൾ നമ്മുടെ ജീവിതത്തിൽ പ്രകാശിപ്പിക്കാനാവണം. ആ നന്മയുടെ കെടാവിളക്കിൽ നിന്ന് നാമോരോരുത്തരും ഒരു ദീപനാളം മനസ്സിൽ കൊളുത്തണം. മനുഷ്യർക്കിടയിൽ മതിലുകൾ തീർക്കുന്ന എല്ലാ വിചാരങ്ങൾക്കും മീതെ സഹിഷ്ണുതയുടെ ശാന്തിമന്ത്രങ്ങളുമായി ഗുരുദേവൻ ജ്വലിക്കുന്നുണ്ടാകും.

ഇന്ന് ശ്രീനാരായണഗുരു സമാധി;

പ്രണാമം.

(21 സെപ്തംബർ 2020)

ഡീഗോ മറഡോണയെ ഓർക്കുമ്പോൾ

ഫുട്ബോൾ ഇതിഹാസം ഡീഗോ മറഡോണയെ വികാരത്തോടെ സ്മരിക്കുകയാണ്. 1986ൽ അർജന്റീന ലോകകപ്പ് നേടുമ്പോൾ കളി ടി വിയിൽ കണ്ടത് ഓർക്കുന്നു. അന്ന് സ്വന്തം വീട്ടിൽ ടിവിയില്ല. ടി വി അങ്ങനെ വ്യാപകമായ കാലമല്ലല്ലോ. ആകെ പരിസരത്ത് ടിവിയുള്ളത് എന്നുപറയാൻ തളിക്കുളം ബീച്ചിനോടുത്തുള്ള തറവാടിനോട് ചേർന്ന വലിയച്ഛന്റെ വീട്ടിലാണ്. അതുമൊരു ബ്ലാക് ആൻഡ് വൈറ്റ് ടി വി. വലിയമ്മയുടെ സ്നേഹാനുമതിയോടെ രാത്രി വൈകിയും കളി കാണാൻ പറ്റി. 1986ൽ മെക്സിക്കോ ലോകകപ്പിന്റെ ഫൈനലിൽ പശ്ചിമ ജർമ്മനിയെ തോൽപ്പിച്ച് അർജന്റീന കിരീടമുയർത്തുമ്പോൾ മറഡോണ എന്റെ മനസ്സിലേക്ക് ഗോളടിച്ചു കയറി. ദൈവത്തിന്റെ കൈ എന്ന് ലോകം സ്മരിക്കുന്ന നീക്കം മാത്രമല്ല നൂറ്റാണ്ടിലെ ഏറ്റവും മനോഹരമായ ഗോളും മറഡോണയുടെ മനോഹരമായ ഫുട്ബോളിൽ വിരചിതമായി.

അന്നുമുതൽ ഞാൻ അർജന്റീന ഫാൻ ആയി. ഇന്നും അർജന്റീനയുടെ കടുത്ത ആരാധകനായി തുടരുന്നു. ഇപ്പോൾ മെസ്സിയോടുള്ള ഇഷ്ടത്തിനും കാരണം മറഡോണയോട് അന്നു തോന്നിയ ഇഷ്ടം തന്നെ. ഫുഡ്ബോൾ ഇന്നും എനിക്ക് തലമുതൽ കാലിലെ പെരുവിരൽ അനിതരസാധാരണമായ ആവേശം നിറക്കുന്ന കായിക വിനോദമാണ്. ഫുട്ബോൾ കളിക്കാനും ഏറെ ഇഷ്ടമാണ്. എം എൽ എമാരുടെ ഫുട്ബോൾ കളി സംഘടിപ്പിക്കപ്പെട്ടപ്പോൾ 'മുഖ്യമന്ത്രി' ടീമിൽ ഞാൻ കളിച്ചു. എന്റെ ജേഴ്സി നമ്പർ പത്തായിരുന്നു; മറഡോണയുടെ പത്ത്!

ഡീഗോ... ഫുട്ബോൾ ഒരു വസന്തമാണെന്ന് പറഞ്ഞുതന്നതിന് നന്ദി. ലോകം നിങ്ങളെ ഏറ്റവും മികച്ച ഫുട്ബോളർ എന്നല്ലാതെ എങ്ങനെ വിശേഷിപ്പിക്കും! വിട...

(25 നവംബർ 2020)

എസ്.പി.ബി.

2019 നവംബർ 17; സന്ധ്യാ സമയം.

എസ്പിബിയുടെ സാന്നിധ്യം കൊണ്ട് തൃശ്ശൂരാകെ പുളകിതമായിരുന്നു. ചേതന സിൽവർ ജൂബിലി ആഘോഷം ചേതന അവാർഡ് എസ് പി ബിക്ക്. പാട്ടുരായ്ക്കൽ സ്കൂൾ ഗ്രൗണ്ടിൽ നടന്ന ചടങ്ങിൽ ആയിരങ്ങൾ തടിച്ചുകൂടിയിരുന്നു. വേദിയിൽ ഒപ്പമിരിക്കാനും എസ് പി ബിയെ അനുമോദിക്കാനും കഴിഞ്ഞത് വലിയ ഭാഗ്യമായി കരുതുന്നു.

എന്തൊരു വിനയം; കുലീനമായ പെരുമാറ്റം. തല താഴ്ത്തിയുള്ള അഭിവാദ്യം.

ദൈവം പ്രത്യേകമായി അനുഗ്രഹിച്ച അതുല്യനായ ഒരു കലാകാരൻ. ഒരുപക്ഷെ, ഇനി നമുക്കിടയിൽ സംഭവിക്കാനിടയില്ലാത്ത ഒരത്ഭുതം!

പ്രണാമം, പ്രണാമം.....

(25 സെപ്തംബർ 2020)

ശഹീൻബാഗിലെ ബിൽക്കീസുമ്മ

ലോകത്തിലേറ്റവും സ്വാധീനമുള്ള നൂറുപേരിൽ ഒരാളായി ടൈം മാഗസിൻ TIME ശഹീൻബാഗിലെ പ്രിയപ്പെട്ട ബിൽക്കീസുമ്മയെ തെരെഞ്ഞെടുത്തെന്ന വാർത്ത വലിയ സന്തോഷം നൽകുന്നുണ്ട്.

ശഹീൻബാഗിൽ സമരക്കാർക്ക് ഐക്യദാർഢ്യവുമായി പോയപ്പോഴാണ് ബിൽക്കീസുമ്മയെ പരിചയപ്പെടുന്നത്. ഞാനെന്റെ ജീവിതത്തിൽ ഇന്നോളം കണ്ട ഏറ്റവും കരുത്തയായ ഒരു പോരാളിയാണ് അവർ. എന്റെ പുസ്തകത്തിൽ ഞാനവരെ കുറിച്ച് ഇങ്ങനെ എഴുതി:

''ഞങ്ങൾ സ്റ്റേജിന്റെ പുറകുവശത്തുകൂടിയുള്ള പ്രവേശന വഴിയിലൂടെ പന്തലിനകത്തെത്തുമ്പോൾ സ്വാതന്ത്ര്യത്തിനും ആത്മാഭിമാനത്തിനും വേണ്ടിയുള്ള മുദ്രാവാക്യങ്ങളുടെ ആരവങ്ങളാണ് കേട്ടത്. ഫാഷിസ്റ്റുകളിൽ നിന്ന്, വർഗ്ഗീയ രാഷ്ട്രീയത്തിൽ നിന്ന് രാജ്യത്തെ

മോചിപ്പിക്കാനുള്ള മഹത്തായ ഒരു പോരാട്ടത്തിൽ എത്തിയതിന്റെ ഉത്സാഹം എന്റെ മനസ്സിനെ കോരിത്തരിപ്പിച്ചു. നമ്മളിൽ ഏറെപേരും സ്വാതന്ത്ര്യ സമരം കണ്ടവരല്ല. അതിന്റെ ആവേശം എന്തെന്ന് നേരിട്ടറിഞ്ഞവരല്ല. എന്നാൽ ശഹീൻബാഗിൽ ഞാനതറിയുകയായിരുന്നു. അത്രമേൽ ആത്മീയമായ ഒരനുഭവമായിരുന്നു അത്. അവിടെ ഞങ്ങളെ സ്വീകരിച്ച തൊണ്ണൂറോടടുത്ത് പ്രായമുള്ള ബിൽക്കീസ് എന്ന ഒരു ഉമ്മയുണ്ട്. പ്രായത്തിന്റെ അവശതകൾ അവരുടെ തൊലിപ്പുറത്തേയുള്ളൂ. അവർ എന്നെ ചേർത്ത് നിർത്തി തലയിൽ കൈവെച്ച് പ്രാർത്ഥിച്ചു.

അന്നേരം സമരപ്പന്തലിൽ എന്നെ പരിചയപ്പെടുത്തി ഒരു വിദ്യാർത്ഥി സുഹൃത്ത് സംസാരിക്കുന്നുണ്ടായിരുന്നു. പൗരത്വ ഭേദഗതി നിയമത്തിനെതിരായ സമരങ്ങളിൽ പങ്കെടുത്ത വിദ്യാർത്ഥികൾക്ക് നേരെ പോലീസിന്റെ ഭാഗത്തു നിന്നുണ്ടായ കിരാതവാഴ്ചകൾക്കെതിരെ പാർലമെന്റിനകത്തും പുറത്തും എന്നെ കൊണ്ട് സാധിച്ച പോരാട്ടങ്ങളുടെ വിവരണം കൂടി ആ സുഹൃത്ത് പറഞ്ഞുകൊണ്ടിരുന്നു. അന്നേരം ബിൽക്കീസുമ്മ എന്റെ നെറ്റിയിൽ അമർത്തി മുത്തം തന്നു. എന്റെ അമ്മ... എനിക്ക് കരച്ചിലടക്കാനാവുമായിരുന്നില്ല. ഈ പ്രായത്തിലും ഇനിയും എത്രയോ അനിശ്ചിതത്വത്തിലേക്ക് പോയേക്കാവുന്ന ഒരു സമരത്തിൽ ഇത്രയും വലിയ സാന്നിധ്യമാകുന്നതിന്റെ പൊരുളെന്തായിരിക്കുമെന്ന് ഞാനാലോചിച്ചു. സ്വാതന്ത്ര്യത്തേക്കാൾ, ആത്മാഭിമാനത്തേക്കാൾ വലിയ സമസ്യയില്ലല്ലോ. അവിടെ മുഴങ്ങിയ ആസാദി മുദ്രാവാക്യങ്ങൾക്കൊപ്പം ഉറച്ച ശബ്ദത്തോടെ ഞങ്ങൾ അതേറ്റു വിളിച്ചു.

ഫാസിസത്തിനെതിരായ ലോകമെങ്ങും നടക്കുന്ന പോരാട്ടങ്ങളുടെ തന്നെ പ്രതീകമാണവർ. ഒരു കൈയ്യിൽ ജപമാലയും വേദപുസ്തകവും ഭാരതത്തിന്റെ ഭരണഘടനയും ദേശീയപതാകയുമേന്തി സാഹോദര്യത്തിന്റെയും സ്നേഹത്തിന്റെയും മന്ത്രങ്ങളുരുവിട്ട് ഹിന്ദുവും മുസ്ലിമും സിഖും ക്രിസ്ത്യനും ജൈനനും ബൗദ്ധനും അങ്ങനെയെല്ലാവരും ഒരുമിക്കുന്ന ഒരിന്ത്യക്ക് വേണ്ടി അവരിപ്പോഴും നമ്മുടെ തെരുവുകളിലൊക്കെയുണ്ട്.

(23 സെപ്തംബർ 2020)

ഉമ്മൻ ചാണ്ടി

ഉമ്മൻ ചാണ്ടി എന്ന വ്യക്തിയെ കുറിച്ച് ഒറ്റവാചകത്തിൽ ഒരു വിശേഷണം ചോദിച്ചാൽ നിങ്ങളെന്ത് പറയും? കരുതലിന്റെയും കരുണയുടെയും കാവലാൾ എന്നായിരിക്കും ഞാൻ പറയുക. ഭരണത്തിലിരിക്കുമ്പോൾ മാത്രം സജീവമാകുന്ന ഒരു രാഷ്ട്രീയക്കാരനല്ലല്ലോ അദ്ദേഹം. കക്ഷി നോക്കിയോ മറ്റേതെങ്കിലും വിലാസം ചോദിച്ചോ അല്ല അദ്ദേഹം ജനങ്ങളെ സേവിക്കുന്നതും സഹായിക്കുന്നതും. ഉമ്മൻ ചാണ്ടിയുടെ പൊതുപ്രവർത്തനം കേരള രാഷ്ട്രീയത്തിൽ തുല്യതയില്ലാത്ത ഒന്നാകുന്നത് ആൾകൂട്ടം അദ്ദേഹത്തിന് ചുറ്റും കണ്ടെത്തിയ തണലും ആശ്വാസവും കൊണ്ടാണ്.

രാഷ്ട്രീയമായും സാമൂഹികമായും ഉമ്മൻ ചാണ്ടിയെന്ന നേതാവ് എല്ലാ മലയാളികളുടെയും മനസ്സിൽ ഒരു വികാരമാണ്, നിറവാണ്, സാന്ത്വനവുമാണ്. എന്റെ വ്യക്തി ജീവിതത്തിലും ഉമ്മൻ ചാണ്ടി എന്ന രാഷ്ട്രീയ നേതാവിന്റെ സ്വാധീനം ഏറെ വലുതാണ്. അടുത്തു നിൽക്കുന്നവരിലേക്ക് വൈദ്യുതി പ്രവാഹം പോലെ ഗ്രസിക്കുന്ന ആ സ്വാധീനം എന്നെയും ഒഴിവാക്കിയിട്ടില്ല. അദ്ദേഹത്തെ കുറിച്ച് എനിക്കേറ്റവും നിർമ്മലമായ ഒരോർമ്മയുള്ളത് എന്റെ വിവാഹ വേളയിലെ സാന്നിധ്യമാണ്. ഞാൻ രമയെ വിവാഹം കഴിക്കാൻ തീരുമാനിച്ചത് പ്രിയപ്പെട്ട നേതാക്കളെ അറിയിച്ചു. 1990 ഡിസംബർ 26നാണ് വിവാഹം. ഉമ്മൻ ചാണ്ടി താലികെട്ടിന് എത്താമെന്ന് സന്തോഷം പറഞ്ഞു. അന്നേദിവസം മുഹൂർത്തമെന്നുറപ്പിച്ച സമയമായിട്ടും ഉമ്മൻ ചാണ്ടി വരുന്നില്ല. വി എം സുധീരൻ ഒരു മഞ്ഞച്ചരട് കൈയ്യിലെടുത്ത് നിൽക്കുന്നു. ഏങ്ങണ്ടിയൂരിലെ ഏത്തായ് ഉണ്ണിക്കോച്ചൻ തറവാട്ടുമുറ്റത്ത് നിറപന്തലിൽ ഞാനും രമയും ബന്ധുക്കളും സുഹൃത്തുക്കളും ക്ഷമയോടെ കാത്തിരുന്നു. ഉമ്മൻ ചാണ്ടി എത്തുന്നതെപ്പോഴാണോ അതാണ് മുഹൂർത്തമെന്ന് ഞാൻ മനസ്സിലുറപ്പിച്ചു. പുതുപ്പള്ളിയിൽ നിന്നുമുള്ള ഉമ്മൻ ചാണ്ടിയുടെ കാർ

യാത്ര ദൃസാക്ഷി വിവരണം പോലെ പന്തലിൽ എനിക്കെത്തി ക്കൊണ്ടിരുന്നു. നാദസ്വരവായനക്കാരൻ എല്ലാവരെയും ആനന്ദിപ്പിച്ചു കൊണ്ടിരുന്നതിനാൽ പന്തലിൽ ഒരു മുഷിപ്പും ഉണ്ടായിരുന്നില്ല.

പ്രതീക്ഷിച്ചതുപോലെ ഒടുവിൽ ഉമ്മൻചാണ്ടി എത്തി. തിക്കിലും തിരക്കിലും വിഎം ആ മഞ്ഞച്ചരട് ഉമ്മൻ ചാണ്ടിക്ക് കൊടുത്തു. അദ്ദേഹം എനിക്കത് കൈമാറി. കെ പി വിശ്വനാഥനും എം മുരളിയും രജിസ്റ്റർ ഓഫീസിൽ നിന്ന് സബ് രജിസ്ട്രാർ പന്തലിൽ കൊണ്ടുവന്ന രെജിസ്ട്രാറിൽ സാക്ഷികളായി ഒപ്പുവെച്ചു. എന്റെ ഒരു പുതുജീവിതം ആരംഭിക്കുന്നതിൽ അദ്ദേഹം നിശ്ചയിച്ച ആ മുഹൂർത്തം ഒരിക്കലും രാശി പിഴച്ചിട്ടേയില്ല.

കാലം പിന്നീട് ചില രാഷ്ട്രീയ നിലപാടുകളുടെ പശ്ചാത്തലത്തിൽ അദ്ദേഹവുമായി പിണങ്ങാനും ഇണങ്ങാനും അവസരം ഉണ്ടാക്കി യിട്ടുണ്ട്. 2001 മുതൽ തുടർച്ചായി പതിനഞ്ച് വർഷകാലം ഭരണ പക്ഷത്തും പ്രതിപക്ഷത്തുമായി നിയമസഭയിൽ പ്രവർത്തിച്ചപ്പോഴും ഈ ഇണക്കങ്ങളും പിണക്കനകളും അറിഞ്ഞും അറിയാതെയും നിഴലിച്ചിട്ടുണ്ടെന്നത് ഒരു സത്യമാണ്. അതിനിടയിലും എന്റെ ഹൃദയ ത്തിൽ ഉമ്മൻ ചാണ്ടിയെന്ന വിശ്രമമില്ലാത്ത കഠിനാദ്ധ്വാനം ഒരു റോൾ മോഡൽ ആയി നിലനിൽക്കുന്നുണ്ട്.

(16 സെപ്തംബർ 2020)

വിട സ്വാമി അഗ്നിവേശ്

സ്വാമി അഗ്നിവേശ് വിടവാങ്ങുമ്പോൾ ഭാരതത്തിന് നഷ്ടമാകുന്നത് ഹിന്ദു മതത്തിന്റെ യഥാർത്ഥ മുഖങ്ങളിൽ ഒന്നുകൂടിയാണ്.യുവാവായിരിക്കുമ്പോൾ തന്നെ ഒരു സംസ്ഥാനത്തിന്റെ കാബിനറ്റ് മന്ത്രി പദം അലങ്കരിച്ച അദ്ദേഹത്തെ തെല്ലും സ്ഥാനഭ്രമം പിടികൂടിയില്ലെന്നത് അദ്ദേഹത്തിന്റെ പിൽക്കാല ജീവിതം തുറന്നുകാണിക്കുന്ന ഒരു മഹത്തായ മാതൃകയും ഗുണവുമാണ്.

അടിമത്വത്തിനെതിരെയും, ബാലവേലയും ശൈശവ വിവാഹവും അടക്കം അനേകം അനാചാരങ്ങൾക്കെതിരെ അദ്ദേഹം പൊരുതി. 1987ൽ സതി നിരോധന ബില്ലിന് പിറകിലും സ്വാമിജിയുടെ ശ്രമമുണ്ടായിരുന്നു.

കാഷായ വസ്ത്രം ധരിച്ച, ഗംഭീരമായ തലപ്പാവ് അണിഞ്ഞ അദ്ദേഹം സമാനമായ വേഷവിധാനങ്ങൾ അക്രമത്തിനും അനീതിക്കും വർഗ്ഗീയ വിഷം പരത്തുന്നതിനും ഉപയോഗിക്കുന്നവരുടെ കാലത്ത് പ്രത്യാശയുടെയും തിരുത്തിന്റേയും പ്രതീകമായി.

അത്തരം മനീഷികളുടെ ധർമ്മ സമരങ്ങൾ വെറുതെയാവില്ല എന്നുറപ്പുണ്ട്. സ്വാമിജിയുടെ സ്വപ്നത്തിലെ സുന്ദരമായ ഇന്ത്യ വൈകാതെ പുലരും.

(12 സെപ്തംബർ 2020)

ഹരിതരാഷ്ട്രീയം

നിയമസഭയിൽ അംഗമായിരുന്നപ്പോൾ ഞങ്ങൾ കുറച്ച് എം എൽ എമാർ ഹരിത രാഷ്ട്രീയം ഉയർത്തിപ്പിടിച്ചു. പ്രകൃതിയെ വിസ്മരിച്ചു കൊണ്ട് ഒരു വികസനവും ഇവിടെ ആർക്കും ഭൂഷണമല്ലെന്നും അത്തരം കടന്നുകയറ്റങ്ങളെ പ്രതിരോധിക്കുമെന്നും ഞങ്ങൾ പ്രഖ്യാപിച്ചു.

നിരവധി സ്ഥലങ്ങളിൽ നിരന്തരമെന്നോണം നടന്നുവന്നിരുന്ന പ്രകൃതി ചൂഷണങ്ങളെ ഞങ്ങൾ കക്ഷി രാഷ്ട്രീയം നോക്കാതെ നേരിട്ടു. അതുകൊണ്ട് ശത്രുക്കൾ ഒരുപാടുണ്ടായി. ശത്രുക്കൾ എന്നു പറയുമ്പോൾ രാഷ്ട്രീയത്തിൽ മുതൽ ഖനിമുതലാളിമാർ അടക്കം പരിസ്ഥിതിയെ പറ്റി തെല്ലും ആശങ്കയില്ലാത്ത അനവധി ആളുകൾ ഉണ്ടായി.

പക്ഷേ, പ്രകൃതിയുടെ വിങ്ങൽ നമ്മൾ മനസ്സിലാക്കിയാൽ അത്തരം ഭീഷണകളെയൊന്നും പിന്നെ നമ്മൾ വകവെക്കില്ലല്ലോ. അവരെ ഞങ്ങൾ ഭംഗിയായി അവഗണിച്ചു. ഞങ്ങൾ മുന്നോട്ടു തന്നെ ഗമിച്ചു. അതിനിടയ്ക്ക് എനിക്കെതിരെ ജാതീയ ആക്ഷേപങ്ങൾ വരെ ഉണ്ടായി. അന്ന് അഭിമാനത്തോടെയും കരളുറപ്പോടെയും ഞാൻ പറഞ്ഞിരുന്നു, 'മണ്ണും മനുഷ്യനുമാണ് എന്റെ മതം' എന്ന്. പരിസ്ഥിതിയെയും അതിലെ ആവാസ വ്യവസ്ഥയെയും സംരക്ഷിക്കാൻ ഏതറ്റം വരെയും പോകുമെന്ന് ഞാൻ അമ്മയാകുന്ന പരിസ്ഥിതിക്ക് നൽകിയ വാക്കാണ്.

ഈ കൊറോണക്കാലത്ത്, പരിസ്ഥിതിയെക്കുറിച്ച് നമുക്ക് വീണ്ടു വിചാരങ്ങൾ ഉണ്ടാകട്ടെ. പരിസ്ഥിതി ദിനം കേവലം ഒരു ഇവന്റാകാതെ അതൊരു ഓർമ്മപ്പെടുത്തലാകട്ടെ.

(5 ജൂൺ 2020

മോഹൻലാൽ

മലയാളത്തിന്റെ മഹാ നടൻ മോഹൻലാൽ ഇന്ന് അറുപതാം ജന്മദിനം ആഘോഷിക്കുകയാണ്. ഇന്നത്തെ ദിവസം ലാലേട്ടനെ ലോകം മുഴുവൻ ഓർക്കുന്നത് അതുല്യമായ അദ്ദേഹത്തിന്റെ കഥാപാത്ര ങ്ങളിലൂടെയായിരിക്കും. അളവില്ലാതെ സന്തോഷിപ്പിച്ച, പൊട്ടിച്ചിരി പ്പിച്ച, എന്നാൽ അതേപോലെ കരയിപ്പിച്ച, ചിന്തിപ്പിച്ച നൂറുകണക്കിന് കഥാപാത്രങ്ങൾ! ലോക്ഡൗൺ തുടങ്ങുന്നതിന്റെ തലേന്ന് ഞാൻ ലലേട്ടന്റെ സദയം സിനിമ കണ്ടു. വർഷങ്ങൾക്കിപ്പുറവും നമ്മുടെ ഇടനെഞ്ചിലേക്ക് ഓരോ കഥാപാത്രങ്ങളും കടന്നുവരുന്നു; അതി ശയിപ്പിക്കുന്നു. എനിക്കെങ്ങനെയാണ് തോന്നിയത്. എന്തെല്ലാം ഭാവങ്ങളാണ് മിന്നിമറയുന്നത്!

ഇങ്ങനെയൊക്കെയാണെങ്കിലും ഞാൻ ലാലേട്ടനെ ഓർക്കുന്നത് അമ്മയെ അളവില്ലാതെ സ്നേഹിക്കുന്ന ഒരു മകൻ എന്ന നില യ്ക്കാണ്. അമ്മയാണ് എന്റെ ഏറ്റവും വലിയ വികാരം. ലാലേട്ട നുമതെ. ഞാൻ നാട്ടിക എം എൽ എ ആയിരിക്കുമ്പോൾ തളികുളത്ത് 'അമ്മക്കിളിക്കൂട്' എന്നൊരു പരിപാടി സംഘടിപ്പിച്ചു. വയോധികരായ അമ്മമാരെ ആദരിക്കുന്ന ആ പരിപാടിയിലേക്ക് മോഹൻലാൽ വന്നത് അദ്ദേഹത്തിന്റെ പ്രിയപ്പെട്ട മാതാവ് ശാന്തകുമാരിയമ്മയുടെ കൈ പിടിച്ചാണ്.

മോഹൻലാൽ തന്റെ അമ്മയുടെ കൂടെ ഇങ്ങനെ ഒരു പൊതു പരിപാടിക്ക് ആദ്യമാണെന്ന് പറഞ്ഞു. ലലേട്ടൻ തന്റെ അമ്മയോട് കാണിക്കുന്ന സ്നേഹം എന്നെ അതിശയിപ്പിച്ചു. വിശ്വശാന്തി ഫൗണ്ടേഷൻ അദ്ദേഹം തന്റെ മാതാപിതാക്കൾക്ക് ഈ ലോകത്ത് തന്നെ ചെയ്യുന്ന മഹത്തായ സുകൃതമാണ്. അന്ന് തളിക്കുളത്ത് മാതാവിന്റെ കാലടിയിലാണ് സ്വർഗ്ഗം തേടേണ്ടതെന്ന നബി പൊരുൾ പറഞ്ഞു പ്രസംഗിച്ച സമദാനി സാഹിബിന്റെ പ്രഭാഷണം കേട്ട് കരയുന്ന ലാലേട്ടനെ സ്നേഹതീരത്തിന്റെ മണ്ണും മനസ്സും മറക്കില്ല.

ജന്മദിനാശംസകൾ...

(21 മെയ് 2020)

നമ്മുടെ പ്രവാസികൾ

ഈ കഴിഞ്ഞ പൂരക്കാലത്ത് വീട്ടിൽ വന്ന സുഹൃത്തിനോട് കുശലാന്വേഷണത്തിനിടെ ചോദിച്ചു, ''എവിടെപ്പോയിരുന്നു?''

''പ്രതാപേട്ടാ അമ്പലനടേലെ വിനീത് ഗൾഫീന്ന് വന്നിട്ടുണ്ട് ആശേരി അമ്പലത്തിലെ കാവടി മ്മടെ അവിടന്നു പോകുന്നുണ്ടല്ലോ? അഞ്ചാറു കൊല്ലമായി ഒന്നോ രണ്ടോ കാവടി അവനാണ് സ്പോൺസർ ചെയ്യാറുള്ളത്.''

ഇതെന്തിനാ ഇവിടെ പറഞ്ഞതെന്നല്ലേ?

ഇന്ന് രാവിലെ വരാന്തയിൽ പുസ്തകം വായിച്ചു ഇരിക്കുകയായിരുന്നു അപ്പോൾ മുൻവശത്തെ ഹോമിയോ ക്ലിനിക്കിലെ മുന്നിൽ നിന്ന് ഒരാൾ കൈ കാണിച്ചു. മാസ്ക് ധരിച്ചിരുന്നത് കൊണ്ട് ആളെ മനസ്സിലായില്ല... കുറച്ചു കൂടെ നമ്മുടെ പറമ്പിലേക്ക് കയറി, അകലെ നിന്ന് കൊണ്ട് പറഞ്ഞു: ''ഞാൻ കാദർക്കാന്റെ മകൻ നജീബ് ആണ്.'' അങ്ങനെ പറഞ്ഞപ്പോ ആളെ മനസ്സിലായി

''ഹോമിയോ ക്ലിനിക്കിൽ വൈദ്യസഹായം തേടി വന്നതാ പ്രതാപേട്ടാ...''

അകലെ നിന്നായതുകൊണ്ട് ഉറക്കെയാണ് സംസാരം. യാത്രാവിലക്ക് വരുന്നതിനു മുൻപേ ഗൾഫിൽ നിന്നു വന്ന ഒരു സഹോദരന്റെയടുത്തു നിന്ന്, ദുബായീന്ന് അത്യാവശ്യം കൊടുത്തയച്ച ഒരു പേപ്പർ മേടിച്ചു കൊണ്ടുവരാൻ പോലും ആളുകൾ തയ്യാറല്ല എന്നുള്ള സങ്കടകരമായ അവസ്ഥയെക്കുറിച്ചായിരുന്നു നജീബ് സംസാരിച്ചത്.

എന്തൊരു നാടാണിത്? ഇന്നലെ വരെ പൂരത്തിനും നേർച്ചക്കും നബിദിനറാലിക്കും വാരിക്കോരി സംഭാവന നൽകിയിരുന്ന നമ്മുടെ പ്രവാസി സുഹൃത്തുക്കളോട് നന്ദിയുള്ളവരായിരുന്നില്ലെങ്കിൽ പോലും

അവരെ വേദനിപ്പിക്കാതിരുന്നു കൂടെ? അവരെ തള്ളിക്കളയാതിരുന്നു കൂടെ?

മാറാവ്യാധിക്കാലമാണ്, സൂക്ഷമത വേണം ഒരു തർക്കവും ഇല്ല. പക്ഷെ മാറാവ്യാധിയുടെ വാഹകരായി ചാപ്പകുത്തി അവരെ സമൂഹത്തിൽ നിന്നും ഒറ്റപ്പെടുത്താതിരിക്കുക. സാമൂഹ്യമാധ്യമങ്ങളിലെ ചില ''ദുഃസ്സൂചനകൾ'' കണ്ണിൽ പെട്ടപ്പോൾ എഴുതണം എന്ന് കരുതിയിരുന്നതാണ്.

നമ്മൾ മലയാളികൾ മനസ്സിലാക്കേണ്ട കാര്യം അറേബ്യൻ രാജ്യങ്ങളിലെ മണലാരണ്യങ്ങളിലും യൂറോപ്യൻ രാജ്യങ്ങളിലും അമേരിക്കൻ ഐക്യനാടുകളിലും കഠിനമായി അധ്വാനിച്ചു നമ്മുടെ പ്രവാസി സുഹൃത്തുക്കൾ അയക്കുന്ന പണം കൊണ്ടുകൂടിയാണ് കേരളം ഇന്ന് കാണുന്ന കേരളമായി മാറിയത് എന്നുള്ളതാണ്.

നമ്മുടെ കുഞ്ഞുങ്ങൾക്ക് മൂന്നു നേരം ഭക്ഷണം കഴിക്കാൻ കഴിയുന്നത്, നല്ല വിദ്യാഭ്യാസം നൽകാൻ കഴിയുന്നത്, ചോർന്നൊലിക്കുന്ന വീടുകളിൽ നിന്നൊരു മോചനം ഉണ്ടായത്, നമ്മുടെ പ്രവാസികൾ ചോര വിയർപ്പാക്കി നാട്ടിലേക്ക് അയക്കുന്ന കോടിക്കണക്കിനായ ആ ''വിദേശപണം'' കൊണ്ടാണ്.

രണ്ടു പ്രളയങ്ങൾ മൂലം ദുരിതക്കയത്തിലേക്ക് നാം കൂപ്പു കുത്തിയപ്പോൾ നമ്മെ കൈപിടിച്ചു കരകയറ്റിയവരാണവർ. ഇപ്പോൾ കൊറോണ ദുരിതത്തിലും ആദ്യം സഹായഹസ്തം നീട്ടിയതും അവരാണ്. മറവിയുള്ളവരാകാതെയിരിക്കാം നമുക്ക്, പകരം നന്ദിയുള്ളവരായിരിക്കുവാനും കഴിയട്ടെ.

പ്രവാസികൾ ആരും അവർക്ക് പൂർണ്ണമായും ഇഷ്ടമുണ്ടായിട്ടുള്ളത് കൊണ്ടല്ല പ്രവാസ ജീവിതം നയിക്കുന്നതെന്നു അവരെ നേരിട്ടറിയുന്ന ആളെന്ന നിലയിൽ എനിക്ക് മനസ്സിലാക്കാൻ കഴിഞ്ഞിട്ടുണ്ട്. പലരുടെയും ദുരിതക്കഥകൾ എന്റെ കണ്ണുകളെ ഈറനണിയിച്ചിട്ടുണ്ട്.

ആയിരക്കണക്കിന് കോടി രൂപയാണ് മാസാ മാസം ഇവരിലൂടെ നമ്മുടെ നാട്ടിലേക്ക് എത്തുന്നത്. ആ വിയർപ്പിന്റെ വിലയെ ജാതിയുടെയും മതത്തിൻറെയും കണ്ണിലൂടെ മാത്രം കാണുവാൻ ശ്രമിക്കുന്ന ചിലരെങ്കിലും ഉണ്ടാവുന്നു എന്നുള്ളത് നമ്മൾ മലയാളികൾ അനുവദിച്ചുകൊടുക്കാവതല്ല. കൊറോണവയറസിനെ നേരിടുന്ന ഒത്തൊരുമയോടെ ശക്തിയോടെ ഇത്തരം മനുഷ്യ വയറസുകളെയും നമ്മൾ നേരിടണം.

നേരെ ചൊവ്വേ കഞ്ഞികുടിക്കാൻ വകയുണ്ടാക്കിത്തന്ന, നെഞ്ചു വിരിച്ചു ലോകത്തോട് കേരളീയരാണ് ഞങ്ങൾ എന്നുറക്കെ വിളിച്ചു പറയാൻ സാഹചര്യമുണ്ടാക്കിത്തന്ന നമ്മുടെ സഹോദങ്ങളെ അവരുടേതല്ലാത്ത കാരണത്താൽ തള്ളിപ്പറയരുത്. ചേർത്തു നിർത്തുക അവരെയും നമ്മുടെ കൂടെ... അങ്ങിനെ ഒരിക്കൽ കൂടെ ''കേരളീയത്വം'' മുറുക്കിപ്പിടിക്കുക.

(20 ഏപ്രിൽ 2020)